காதலும்
காதலும்

நிவேதிதா இராஜாராம்

Made with ❤ on the Notion Press Platform
www.notionpress.com

இப்புத்தகம் தவழ்ந்து கொண்டிருக்கும் கரங்களையுடைய உங்களுக்கு சமர்ப்பணம்!

பொருளடக்கம்

பொருளடக்கம்

நன்றி

இப்புத்தகத்தை வாங்கி படித்து என்னை மென்மேலும் ஊக்கப்படுத்தி கொண்டிருக்கின்ற உங்களுக்கு என் நன்றிகள்!

1

சிலுசிலுவென அடிக்கும் தென்றல் காற்றில், சிதறி விழும் முத்துக்களாய் சாரல் மழையில், மேகங்கள் முட்டிக்கொள்ளும் மேற்கு தொடர்ச்சி மலையின் நிழலில், மலைகளின் இளவரசியின் அடிவாரத்தில், அந்த இளவரசியயே மிஞ்சும் அளவிற்கு பச்சைநிற போர்வைக்குள், கண்கவர் மலர்களுடன், ஆங்காங்கே வெள்ளிநிற அருவிகளுடனும் காட்சியளிக்-கும் அழகிய ஊர் அந்த அழகியநல்லூர்.

மண்மணம் மாறாது அந்த மண்ணின் மனமும், நிறமும் உடையவள். எதை கேட்பினும் இல்லை என்று சொல்லாத தாய் தந்தையின் நிழ-லிலும், அன்பில் திகைக்க வைக்கும் அண்ணனின் அரவணைப்பிலும், செல்லக்கிளியாய் வளர்ந்தாள் **தூரிகை.**

என்றைக்கும் போல் அந்த விடுமுறை நாளன்றும் தன் பக்கத்து வீட்டு சிறுவயது தோழி வேல்விழியுடன் வீட்டில் இருக்கும் மண்சட்டியை வைத்து, ஆற்றங்கரை அருகில் கொட்டிக்கிடக்கும் தென்னை மட்டை-யில் அடுப்பெரித்து, தனக்கும் தன் தோழிக்கும் மிகவும் பிடித்தமான உருளைக்கிழங்கு வறுவல் செய்து கொண்டிருந்தாள். தன்னை விட நான்கு வயது இளையவளாய் இருப்பினும் தன் தங்கை போல் தூரிகை-யிடம் பழகினாள் வேல்விழி.

"என்னடி இன்னுமா செய்திட்டு இருக்க? இன்னுமா அந்த கிழங்கு கழுதை வேகாம இருக்கு? இன்னைக்குனு பார்த்து மழை வர்ற மாதிரி இருக்குடி... சீக்கிரம் செய்..." என்றாள் வேல்விழி. "சரிடி.. இதை கொஞ்சம் பார்த்துக்கோ, நா போய் இன்னும் நிறைய தென்ன மட்டை எடுத்துட்டு வரேன்" என்று கிளம்பிய தூரிகையின் பின்புற பாவாடையில் செம்மண் கரை போல் ஏதோ ஒட்டியிருப்பதை பார்த்த வேல்விழி "ஏய், கொஞ்சம் இருடி, நீ ஒன்னும் சமைக்க வேண்டா, வா வீட்டுக்கு

போவோம்" என்றாள்.

ஒன்றும் புரியாத தூரிகை, தோழியின் அதட்டலை கேட்டு மடமட-வென வெந்தும் வேகாத கிழங்குச்சட்டியை எடுத்துக்கொண்டு வீட்டிற்கு விரைந்தாள். வீட்டை அடைந்தவுடன் "அத்தே, அத்தே," என்று கூவிக்கொண்டு சமையலறையில் இருந்த தூரிகையின் தாய் மல்லி-கையிடம் "அத்தே உங்க மக வயசுக்கு வந்துட்டா" என்று சிரித்தப-டியே விசயத்தை சொல்லிவிட்டு அவளின் வீட்டிற்கு சென்றாள் வேல்-விழி. ஒருவித திகைப்புடன், என்ன செய்வதென்று தெரியாமல் முழித்துக் கொண்டிருந்தாள் தூரிகை. அணைத்து சடங்குகளும் நிறைவேறியது. முப்பது நாளும் கழிந்தது.

பூப்பெய்திய புது பொளிவுடன் மீண்டும் பள்ளிக்கு செல்லத்தொடங்-கினாள் . ஒன்பதாம் வகுப்பு முடித்து முழு ஆண்டு விடுமுறை தொடங்-கியது. பெரும்பான்மையான பெற்றோர்கள் நினைப்பது போல் அவளது பெற்றோரும் அவளை பத்தாம் வகுப்பிற்கான கணித பயிற்சி வகுப்-பில் சேர்க்க நினைத்தனர். கணிதம் என்றாலே தூக்கி வாறிப்போடும் அவளுக்கு அவளின் பெற்றோர்களின் ஆசை சிறிதும் பிடிக்கவில்லை.

"அம்மா ப்ளீஸ் நா வீட்லயே இருந்து படிக்கிறேன். அப்பாகிட்ட சொல்லு எனக்கு டியூசன் வேண்டா" என்று கத்திக்கொண்டே தன் அறையின் கதவை அடைத்தாள் தூரிகை.

விடுமுறை தொடங்கி மறுநாள் மாலை 5 மணிக்கு தன் அம்மாவு-டனும் தோழி வேல்விழியுடனும் கசகசவென்று காலணிகள் சிதறிக்கிடக்-கும் அந்த போர்டிகோவில் அவளும் காலணிகளை கழட்டி நின்றாள். "இதுதான் உன் டியூசன், சொல்லித்தரத நல்லா கவனிச்சு படிச்சுட்டு வா" என்றாள் மல்லிகை. உள்ளே செல்ல மனமில்லாமல் "சரி மா.." என்றாள் கலங்கிய கண்களுடன்.

"இதுக்கு ஏண்டி அழுற, டியூசன் தான போற, போயிட்டு வா நாம கண்ணாமூச்சி விளையாடுவோம்" என்றாள் வேல்விழி.

"சரி.. நா போயிட்டு வரேன்" என்று சொல்லிவிட்டு, போக மனமில்-லாமல் முன்னோக்கி நடக்க தொடங்கிய அவளை கடந்து சென்றது ஒரு நிழல்...

2

நிழலை தொடர்ந்து முன்னோக்கி சென்றாள், சற்று நேரத்தில் அந்த நிழலின் பிம்பம் மறைந்தது. சிறிது தொலைவில் யாரோ ஒருவர் பிளாக் போர்டில் ஏதோ கிறுக்கிக்கொண்டிருந்தார். அதன் அருகாமையில் அமர்ந்திருந்தார் கணக்கு வாத்தியார். "எக்ஸ்க்யூஸ் மீ சார்" என்று கேட்டுவிட்டு மொட்டை மாடியினுள் நுழைந்தாள் தூரிகை கணிதத்தின் மீது இருந்த அச்சத்துடன்.

அந்த மாடியில் அமர்ந்திருந்த அனைவரையும் தலை நிமிராமல் கண்களை நாலாபுறமும் உருட்டி பார்த்தால். நுழைவாயிலின் வலப்புறம் பத்தாம் வகுப்பு பயிலும் மாணவிகளும், அருகே பதினோராம் வகுப்பு பயிலும் மாணவிகளும், இடப்புறம் பனிரெண்டாம் வகுப்பு பயிலும் மாணவர்களும், அருகே பதினோராம் வகுப்பு பயிலும் மாணவர்களும், நடுவில் பனிரெண்டாம் வகுப்பு பயிலும் மாணவிகளும் வரிசையாக அமர்ந்திருந்தனர்.

மொட்டை மாடி சிறியதாய் இருந்தாலும், டியூசன் பயிலும் மாணாக்-களின் எண்ணிக்கை சற்று அதிகமாய் இருந்தது. அதிலேயே பாதி பயம் தொற்றிட்டு அவளுக்கு. பேந்த பேந்த என்று முழித்து கொண்டிருந்த அவளைப்பார்த்து "வாமா தூரிகை... உங்க அம்மா சொன்னாங்க நேத்து, நீ இன்னைக்கு வருவன்னு. உள்ளே வந்து பத்தாம் வகுப்பு மாணவிக-ளுடன் உக்காரு" என்றார் அவளை ஏற்கனவே தெரிந்து வைத்திருந்த பேக்கு டியூசன் மாஸ்டர். கணிதம் பிடிக்காத அவளுக்கு அந்த டியூசன் மாஸ்டர் பேக்காகவே தெரிந்தார்.

நுழைவாயிலின் இடப்புறம் அமர்ந்திருக்கும் பனிரெண்டாம் வகுப்பு மாணவர்களை கடந்து அவள் வலப்புறம் நோக்கி பத்தாம் வகுப்பு மாண-விகளுடன் அமர செல்லும்போது, "டேய், இங்க பாருங்க, ஒரு புது

முகம் நமக்கு அறிமுகம் இன்னைக்கு" என்றான் பனிரெண்டாம் வகுப்பு பயிலும் ராம் தன் சக நண்பர்களிடம். எதையும் கண்டுகொள்ளாதபடி அவளது இடத்தில் போய் அமர்ந்து கொண்டாள் அவள்.

அங்கு அவளைப்போல் பத்தாம் வகுப்பு பயிலும் மாணவிகள் நாலு ஐந்து பேர் அமர்ந்திருந்தனர். யாரும் அவளிடம் வந்து தானாக பேசும்-வரை அவளாக எதுவும் பேசாத குணம் படைத்தவள் தூரிகை. "ஹாய்!!! நா நிவேதா. உன் பேர் என்ன? என்று கேட்டால் பத்தாம் வகுப்பு பயி-லும் நிவேதா, ராமின் தங்கை.

"என் பேர் தூரிகை"... என்றால் அவள். "நைஸ் நேம்". தூரிகை "நாம இனிமே ப்ரெண்ட்ஸ்.. ஓகேயா?" என்றால் நிவேதா. யாரும் தெரி-யாத இடத்தில் வந்த உடனே ஒரு புது தோழி கிடைத்துவிட்ட சந்தோ-சத்தில் "ஓகே" என்று சிரித்தாள் தூரிகை.

அன்றைய பாடம் நன்றாக முடிவடைந்தது. அப்பொழுது இரவு மணி '8'. தன் புது தோழிக்கு "பாய் பாய்" சொல்லிவிட்டு மாடிப்படியின் கீழ் இறங்கி வந்த அவளிடம், "ஹே! நில்லு. உன் பேர் என்ன?" என்று கேட்டான் தன் நண்பர்களுடன் வந்த ராம். அவள் அமைதியாய் தலைகுனிந்தபடி நின்றாள். "எங்க இருந்து வர்ற?" என்றான். அதற்கும் மௌனம் சாதித்தால். "என்ன எது கேட்டாலும் பதில் சொல்ல மாட்டியா? திமிரா?" என்றான். அவள் கண்களில் கண்ணீர் தேங்கியது.

"டேய்... அவ என் ப்ரண்டு" என்றாள் நடந்ததை பார்த்துக்கொண்-டிருந்த நிவேதா.

"ஓகே... ஓகே... ரிலாக்ஸ்!!!! இப்போ எதுக்கு அழுற? நீ என் தங்-கையோட ப்ரண்டு தானே, அப்போ எனக்கும் தங்கை மாதிரி தான். ஒரு அக்கறையில் உன்னை பற்றி விசாரித்தேன்" என்றான் ராம் ஒரு அசட்டு சிரிப்புடன். அப்பொழுது தான் அவளுக்கு ஒரு தைரியம் வந்தது. ராமின் முகம் பார்த்து பேசினாள், "நா தூரிகை. இங்கதான் செகண்ட் ஸ்ட்ரீட் எங்க வீடு" என்றாள்.

"அப்படியா..! தனியா போயிருவியா? இருட்டாகிடுச்சே! வீடு வர வந்து விடட்டுமா?" என்றான் அவன். "இல்ல, நா போயிருவேன்" என்று சொல்லிவிட்டு விறுவிறுவென தன் வீட்டிற்க்கு விரைந்தாள் அவள். வீட்டை அடைந்தாள்.

கையில் எடுத்துப்போன புத்தகத்தை வீசி எறிந்தாள் தன் படுக்கை-யின் மீது. "ஏய்... என்ன ஆச்சு? எதுக்கு இப்போ புக்ஸ்ஸ தூக்கி

போடுற?" என்று வினவினாள் கையில் குழம்பு கரண்டியுடன் வந்த தூரிகையின் தாய் மல்லிகை. "ம்ம்ம்... என்ன டியூசனோ, என்ன கருமமோ.. என் உயிர வாங்குறதுக்குனு சேர்த்து விட்டுட்டீங்க" என்றால் சிடுசிடுவென்று.

"ஏன்? என்ன ஆச்சு? சார் நல்லா சொல்லி தந்தாரா?" என்று கேட்டாள் மல்லிகை. "தந்தாரு... தந்தாரு..." என்று முனங்கியபடியே "அம்மா.. வேல்விழி சாய்ந்திரமே விளையாட கூப்பிட்டா, நா போயிட்டு அவள பார்த்துட்டு வர்றே" என்று கூறிவிட்டு கிளம்பினாள்.

"கொஞ்சம் இரு தூரிகை... இப்போ சட்னிக்கு தாளிக்க கடுகு இல்ல, கொஞ்சம் முன்னாடி கடைக்கு போய் கடுகு வாங்கிட்டு வாமா.." என்றாள் மல்லிகை.

"அதென்ன! என் ப்ரெண்ட பாக்க போறப்போ தான் அத வாங்கிட்டு வா, இத வாங்கிட்டு வானு சொல்வீ ங்களா மா? இப்போவே மணி 8.30 ஆகிடுச்சு. கடைக்கு போயிட்டு வந்து எப்போ நா வேல்விழிய பார்க்க போறது?" என்றாள் தூரிகை சிடுசிடுவென.

"ஒரு நாள் ப்ரெண்ட பார்கலனா ஒன்னும் குறைஞ்சுறாது... முதல்ல கடைக்கு போய் வாங்கிட்டு வா சீக்கிரம்" என்றால் மல்லிகை. "சரி மா.. காச குடுங்க, போயிட்டு வர்றே" என்று சொல்லி கடைக்கு விரைந்தாள் அவள்.

"அண்ணா, ஒரு 50 கிராம் கடுகு பாக்கெட் கொடுங்க" என்று சொல்லி 100 ரூபாயை கொடுத்தால் கடைக்காரரிடம். "சில்லறை இல்லையே மா 50 ரூபாய் இருந்தா கொடு, பாக்கி தர்றே" என்றார் கடைக்காரர்.

"அச்சோ! என்கிட்ட 100 ரூபாய் மட்டும் தானே இருக்கு. சரி., இருங்க அண்ணா நா பக்கத்துல சில்லறை கேக்குறே" என்று திரும்பியவளின் எதிரில் தெருவிளக்கில் இன்னும் பெரிதாய் தோன்றிற்று, மாலையில் டியூஷன் படிகளில் அவள் பார்த்த அதே *நிழல்.*

3

அந்த நிழலுடன் மேலும் சில நிழல்களும் சேர்ந்து தெரிந்தது. நிமிர்ந்து பார்த்தால் அவள். ராம் தனது நண்பர்களுடன் அருகில் இருக்கும் ரீசார்ஜ் கடையை நோக்கி நடந்து வந்து கொண்டிருந்தான். "என்ன தூரிகை நீ இன்னுமா வீட்டுக்கு போகல?" என்று கேட்டான் ராம். "இல்ல. கடைக்கு வந்தேன். சில்லறை இல்ல. உங்ககிட்ட 100 ரூபாய்க்கு சில்லறை இருக்கா?" என்றாள் அவள். "என்கிட்ட இல்லையே.. டேய், உங்க யார்கிட்டயாவது இருக்கா?" என்றான் அவன் தன் நண்பர்களை பார்த்து.

"என்கிட்ட இருக்கு" என்று சொல்லி இரண்டு 50 ரூபாய் நோட்டை எடுத்து நீட்டினான் தூரிகைக்கு நிழலாய் தெரிந்த **நிமலன்.** "தாங்க் யூ.." என்று சொல்லிவிட்டு தன்னிடமிருந்த 100 ரூபாயை நிமலனிடம் கொடுத்துவிட்டு கடையில் கடுகு வாங்கி சென்றாள் அவள். அன்றைய பொழுது அப்படியே கடந்தது.

விடுமுறையின் ஒவ்வொரு நாளும் வேல்விழியுடன் விளையாடுவதிலும், டியூசன் செல்வதிலேயுமே கழிந்தது அவளுக்கு. முன்பு டியூசன் செல்வதில் இருந்த பயம் இப்பொழுது அவ்வளவாக இல்லை அவளுக்கு. தன் தோழிகளுடன் ஜாலியாக ஒவ்வொரு நாளையும் கழித்தாள் டியூசனில்.

சில நாட்களுக்குப்பின் என்றைக்கும் போல் டியூசனுக்கு கிளம்பி சென்றாள். டியூசன் போர்டிகோவில் செருப்பை கழட்டிவிட்டு படிகளில் ஏற ஆரம்பித்த அவளுக்கு என்றைக்கும் போல் நிமலனின் நிழல் தெரிந்தது. ஆனால் எப்பொழுதும் அவளை கடந்து செல்லும் அந்த நிழல், அன்றைக்கு கடக்கவில்லை. மாறாக, அவளை பின் தொடர்ந்தது. அப்பொழுதே ஒரு வித்தியாசத்தை உணர்ந்தாள் அவள். ஆனால்

அதனை பொருட்படுத்தாது முன்னோக்கிச் சென்றாள். நிமலனும் அவளை தொடர்ந்து சென்றான். இருவரும் டியூசன் மாடியை அடைந்தனர். அவர் அவர் இடத்தில் அமர்ந்து கொண்டனர்.

டியூசன் மாஸ்டர் எப்போவும் போல் பனிரெண்டாம் வகுப்பிற்க்கான பாடத்தை போர்டில் கிறுக்கிக் கொண்டிருந்தார். ராமும் நிமலனும் ஏதோ முணுமுணுத்துக் கொண்டிருந்தனர். "யாரது? என்ன பேச்சு வேண்டிக்கிடக்கு? ஆல் ஆப் யூ லிஸ்சன் ஹியர்!" என்று சொல்லிவிட்டு "நாளைக்கு இருந்து உங்க எல்லோருக்கும் ஸ்கூல் ரீஓப்பன் ஆகுது தானே?" என்றார் டியூசனில் உள்ள அனைவரையும் பார்த்து.

"எஸ் சார்.." என்று அனைவரும் கோரஸ் பாடினர். "ஓகே.. அதனால் நாளையிலிருந்து டியூஷன் டைமிங் மாறுது" என்றார். அனைவரும் ஒருவரை ஒருவர் பார்த்துக்கொண்டனர். "பதினோராம் வகுப்பு பயில்பவர்களுக்கு மாலை '5' மணிக்கும், பத்தாம் வகுப்பு பயில்பவர்களுக்கு மாலை '6.30' மணிக்கும், பனிரெண்டாம் வகுப்பு பயில்பவர்களுக்கு மாலை '7.30' மணிக்கும் டியூசன் நடக்கும் என்றார் மூக்குக்கண்ணாடி அணிந்த அந்த பேக்கு டியூசன் மாஸ்டர். சிறிதே சலசலத்தது மொட்டை மாடி. "ஸ்ஸ்ஸ்... சைலென்ஸ்..." என்று சொல்லி தன் பாடத்தை தொடர்ந்தார் வாத்தியார். அன்றைய பாடம் இனிதே நிறைவேறியது.

தூரிகையும் நிவேதாவும் பேசிக்கொண்டே படியின் கீழ் இறங்கி வந்தனர். "ஹாலிடேஸ்ல நல்லா ஜாலிய இருந்தது, பட் டுமாரோ இருந்து ஸ்கூல் போகணும்னு நெனச்சா எரிச்சலா இருக்கு. அதுலேயும் நானுலாம் 10த் பப்ளிக் எழுத போறத நெனச்சாலே தல கிறுகிறுன்னு சுத்துது இப்போவே" என்றாள் நிவேதா. "ஐயோ.., ஆமா நிவி, எனக்கு 10த் பப்ளிக் நெனச்சுலாம் பயம் இல்ல, இந்த இம்சை புடிச்ச மேக்ஸ்ச நினைச்சா தான் முழி பிதுங்குது. என்ன பன்ன போறேனோ" என்று புலம்பினாள் தூரிகை.

"ஆமா தூரி.. நீ கால்ஸ் ஹை ஸ்கூல் தானே, அப்போ அவுட்பஸ்ல தான போவ? கஷ்டம் தான் டெய்லி அவுட்பஸ்ல ட்ராவல் பண்றது இல்ல!" என்றாள் நிவி. "ஆமா நிவி, கஷ்டம்தான். என்ன பண்றது படிச்சு தானே ஆகணும். நீ படிக்குற ஸ்கூல்ல தான் சேரணும்னு இருந்தது. அப்புறம் எங்க அப்பா தான், இது கால்ஸ் ஸ்கூல் டா செல்லம், ரொம்ப நல்ல இருக்கும், இங்கையும் ஸ்டேட் போர்டு இருக்கு, இங்-

கையே படி அப்பிடி இப்பிடுன்னு சொல்லி சேர்த்து விட்டுட்டார். நானும் ஒரு ஆர்வத்துல சேர்ந்துட்டே. நீ, ராம் அண்ணா எல்லோரும் சேம் ஸ்கூல் தான? ஸ்கூல் பஸ் வரும் தான? மார்னிங் பஸ் டைமிங் என்ன?" என்று கேட்டாள் தூரி.

"எஸ்... நா, ராம், நிமலன் அண்ணா எல்லோரும் சேம் ஸ்கூல் தான். மார்னிங் '7.30' க்கு ஸ்கூல் பஸ் வரும் என் ஸ்டாப்க்கு." என்றாள் நிவி. "நானும் அந்த டைம்க்கு தான் என் ஸ்கூட்டில கிளம்புவேன். உன்ன பஸ் ஸ்டாப்ல பார்க்குறேன் நாளைக்கு" என்றாள் தூரி.

"ஓ, நீ ஸ்கூட்டிலாம் ஓட்டுவியா!!! சூப்பர்... அப்போ என்ன வச்சும் உன் ஸ்கூட்டில ஒரு நாள் ஓட்டு" என்றாள் நிவி ஆசையுடன். "ஓகே.. கண்டிப்பா.." என்றாள் தூரி. " ஸ்கூட்டிய பைக் ஸ்டாண்ட்ல போட்டு பஸ்ல போவியா?" என்று கேட்டாள் நிவி. "ம்ம்ம்... எஸ் நிவி..." என்றாள் தூரி. "ஓகே.. டன்.. அப்போ டுமாரோ என் பஸ் ஸ்டாப்ல பார்க்கலாம். சீ யூ டுமாரோ டியர்..." என்று தூரிகைக்கு பாய் சொல்லிவிட்டு கிளம்பினாள் நிவி. தூரிகையும் பாய் சொல்லிவிட்டு நகர்ந்தாள்.

தூரிகையின் வீடு இரண்டாம் தெருவில் உள்ளது. டியூசன் இருப்பது ஐந்தாவது தெருவில். இரண்டாம் தெருவிற்கும் ஐந்தாம் தெருவிற்க்கும் இடையே காலி இடங்களும், காடுகளும், கட்டிமுடிக்கப்படாத கட்டிடங்களும் நிறைய இருந்தது, இடை இடையே சில வீடுகளும் இருந்தது. அவள் அதை அனைத்தையும் கடந்துதான் வீட்டிற்க்கு செல்ல வேண்டும். அப்படி அவள் கடந்து செல்லுகையில்,

"*தூரிகைகொஞ்சம்நில்லு*" என்று ஒரு குரல் கேட்டது.

அவள் சற்றே திகைத்தபடி திரும்பிப் பார்த்தாள்.....

4

திரும்பிப்பார்த்தவளின் எதிரில் ராமும் நிமலனும் நின்று கொண்டிருந்தனர். "ஓ, நீங்க தானா? நா யாரோனு நெனச்சு பயந்துட்டேன்" என்றாள் தூரிகை. "ம்ம்ம்... நாங்க தான்.. நிமலன் உன்கிட்ட ஏதோ பேசணுமாம்" என்றான் ராம். அவள் எவ்வித முக பாவனைகளும் இன்றி நிமலனைப் பார்த்தாள். நிமலன் அவளின் அருகில் சென்றான். ஒரு நிமிடம் மௌனம் நிலைத்திருந்தது அவ்விடத்தில்.

"டேய், என்ன அமைதியாவே இருக்க? ஏதோ சொல்லணும்னு சொன்னியே அதை சொல்லு சீக்கிரம்" என்றான் ராம் நிமலனைப் பார்த்து. "இரு டா.. சொல்றேன்.." என்று தயங்கிய முகத்துடன் அவண் அவளைப் பார்த்தான்.

"ஓய் இங்க என்னடி பண்ற?" என்று தூரிகையைப் பார்த்துக் கேட்டாள் அந்தப் பக்கமாக வந்த வேல்விழி. "ஒன்னும் இல்லடி... வீட்டுக்கு தான் வந்துட்டு இருக்கேன். நீ எங்க இந்த சைடு?" என்றாள் தூரிகை.

"வேற எங்க கடைக்குத்தான்" என்றாள் வேல்விழி. "நீயும் வா, கடைக்குப் போயிட்டு வீட்டுக்கு போவோம்" என்று சொல்லி தூரிகையை இழுத்து சென்றாள் அவள். அதுவரை ஒன்றும் பேசாத நிமலனைப் பார்த்துவிட்டு, அமைதியாக தன் தோழியுடன் சென்றாள் தூரிகை.

"ஏன்டா! என்ன சொல்லனுமோ அதை சொல்லி தொலைக்க வேண்டியது தானே? இவ்ளோ நேரம் வாயில என்ன வடையா வச்சிருந்த?" என்று நிமலனைப் பார்த்து கேட்டான் ராம். "நா என்னடா பன்றது? அதுக்குள்ள தான் யாரோ வந்துட்டாங்களே" என்றான் நிமலன். "இப்ப திறந்த வாய அப்போவே திறந்துருக்க வேண்டியது தான? சரி வா.. இன்னொரு நாள் பேசிக்கலாம்" என்று சொல்லி ராம் நிமலனுடன் அவ்விடத்தை விட்டு சென்றான்.

"ஏய், யாருடி அந்த பசங்க? எனக்கு தெரியாம நீ ஏதோ பண்ற போலயே!" என்று தூரிகையிடம் கேட்டாள் வேல்விழி. "போடி லூசு.. அவங்க என்னோட டியூசன்மேட்ஸ் தான். ஏதோ சொல்லணும்னு சொன்னாங்க அதான் நின்னுட்டு இருந்தேன்" என்றாள் தூரிகை. "என்னது? ஏதோ சொல்லனுமா! அப்போ கன்பாம் அதுதான்.. சரி சரி.. நடக்கட்டும் நடக்கட்டும்.." என்று சொல்லி அசட்டுச் சிரிப்பு சிரித்தாள் வேல்விழி. "என்ன? அதுதான்னா என்னடி சொல்ற? நீயா ஏதாவது நெனச்சுக்காத" என்று சொல்லி விட்டு அன்றைய இரவு நிமலன் சொல்ல நினைத்தது என்னவாக இருக்கும் என்று யோசித்துக்கொண்டே விழிமூடி உறங்கினாள் தூரிகை.

மறுநாள் சூரிய பிரகாசத்துடன் அழகாக விடிந்தது. விடுமுறை முடிந்து முதல் நாள் பள்ளிக்குச் செல்ல ஆனந்தமாக கிளம்பினாள் அவள். குளித்து முடித்து சாப்பிட்டு விட்டு, எண்ணெய் வழியாத அளவு கேசத்தில் சிறிதளவு எண்ணெய்யை தேய்த்து, நடுவகிடு எடுத்து, தோல்பட்டை அளவிற்க்கு இருக்கும் முடியில் இருபுறமும் பின்னலிட்டு, அதன்மேல் அழகாக நாலு பூ வைத்து ரிப்பன் கட்டி, அவள் எப்பொழுதும் தேய்க்கும் க்ரீமை முகத்தில் தேய்த்து, க்ரீம் கலையாமல் இருக்க அதன்மேல் சிறிதளவு பவ்டர் அடித்து, இரு புருவமும் இணையும் நடு மையத்தில் வட்டமாக சிவப்பு சாந்து பொட்டு வைத்து, அதனை மேலும் மெருகூட்ட அதன் கீழ் வெள்ளை நிறச் சாந்தில் ஒரு சிறு புள்ளி வைத்து, கழுத்திற்க்கு ஹார்டின் பெண்டண்ட் போட்ட தங்க செயினும், வலது கையில் எலகண்டான டிசைனில் இருக்கும் தங்க ப்ரேஸ்லெட்டும், இடது கையில் சில்வர் செயின் கொண்ட வ்ரிஸ்ட் வாட்சும் கட்டிக்கொண்டு, காலில் ஒலி எழுப்பாத, ஒரே ஒரு செயின் மட்டும் இருக்கும் நீட்டான வெள்ளி கொலுசும் அணிந்துகொண்டு, தன் புது ரெட் கலர் ரோஷன் ஷோல்டர் பேக்கயும் ஒன் சைடாக தோலில் மாட்டிக்கொண்டு, ஹீல் இல்லாத ஸ்கின் கலர் லெதர் பிளாட்ஸ் செருப்பை அணிந்துகொண்டு மிடுக்காக தன் பேபி பிங்க் கலர் ஸ்கூட்டியின் மீது அமர்ந்தாள் அவள்.

"அம்மா நா போயிட்டு வர்றேன், அப்பா கிட்ட சொல்லிரு" என்று மல்லிகைக்கு பாய் சொல்லிவிட்டு கிளம்பினாள். "பார்த்து, பத்திரம், மெதுவா ஓட்டிட்டு போயிட்டு வா" என்று மல்லிகை சொல்லி முடிப்பதற்க்குள் வண்டியை மின்னல் வேகத்தில் அழுத்திச் சென்றாள் தூரிகை

அந்த வயதிற்க்கே உரிய வேகத்துடன்.

தன் டியூசன் தோழி நிவேதாவின் பஸ்ஸ்டாப் அருகே சென்று கொண்டிருந்தாள் அவர்கள் இருவரும் முன்தினம் பேசியபடி. நிவி தன் அண்ணன் ராமுடன் அவளது பஸ்ஸ்டாப்பில் தூரிகையை எதிர்பார்த்து நின்று கொண்டிருந்தாள். சல்லென வண்டியை நிவியின் முன் நிறுத்தினாள் தூரிகை. "ஹே, வந்துட்டியா!! சோ க்யூட்!! உன்ன தான் நெனச்சுட்டு இருந்தேன் தூரி" என்றாள் நிவி புன்னகையுடன்.

"நானும் உன்ன பார்த்து பாய் சொல்லிட்டு போலாம்னு தான் வந்தேன் நிவி" என்றாள் தூரி. "ம்ம்ம்... ஸ்கூட்டி ரொம்ப அழகா இருக்கு. என்னை கண்டிப்பா ஒரு ரவுண்ட் கூப்பிட்டு போ ஒருநாள்" என்று மறுபடியும் தன் ஆசையை அவளிடம் சொன்னாள் நிவி. "சுயர் நிவி.. ஓகே பாய்.. ஈவினிங் டியூசன்ல மீட் பண்ணுவோம். லேட் ஆகிடுச்சு, நா கிளம்புறேன்" என்று சொல்லிவிட்டு அவ்விடத்தை விட்டு நகர்ந்தாள் அவள்.

என்றைக்கும் போல் தன் ஸ்கூட்டியை பஸ்ஸ்டாண்டில் உள்ள டூ வீலர் ஸ்டாண்டில் நிறுத்திவிட்டு, பேருந்திர்காக காத்துக் கொண்டிருந்தாள்......

5

அன்றைக்கு முகூர்த்த நாள் ஆதலால் அந்தப் பக்கமாக வந்த அனைத்துப் பேருந்துகளும் கூட்டமாகவே இருந்தது. அதனாலேயே அடுத்தடுத்த பேருந்திற்காக காத்துக்கொண்டிருந்தாள் தூரிகை. பள்ளிக்குச் செல்ல நேரமாகிக்கொண்டே இருந்தது. சற்று நேரத்தில் ஒரு பேருந்து ஆடி அசைந்து வந்தது. அதில் மிகவும் கூட்ட நெரிசலாக இருந்தது. வேறு வழி இல்லாமல் பேருந்தின் படிகளில் ஏற முற்பட்டாள். தடுக்கித் திணறி எப்படியோ முதல் படிக்குச் சென்ற அவளின் ஸ்கூல்பேக் எதிலோ மாட்டிக்கொண்டது. அதை இழுக்க முயன்றபொழுது அவளின் பின் ஏறிய ஒருவரின் விரல்நகங்கள் பட்டு இடதுபுற ஜடையின் ரிப்பன் கழண்டு கீழே விழுந்தது.

"இறைவா!!! என்னை ஏன் இப்படி சோதிக்கிற பர்ஸ்ட் டே அன்னைக்குனு" என்று தனக்குத்தானே முணுமுணுத்துக் கொண்டு பேக்ஐ ஒரு வழியாக கையில் எடுத்து அருகில் அமர்ந்து இருக்கும் ஒரு பயணியிடம் கொடுத்துவிட்டு நின்றாள். ஆனால் கழண்டு விழுந்த ரிப்பனை அவளால் எடுக்க முடியவில்லை குனியக்கூட இடம் இல்லாமல் இருந்த அந்த நெரிசலில். எப்படியோ பள்ளிக்குச் சென்றடைந்தாள். விடுமுறை முடிந்து முதல் நாள் என்பதால் ஊர் கதைகள் எல்லாம் பேசி முடிப்பதற்குள் அன்றைய நாள் பள்ளிக்கூடம் முடிந்தது.

முகூர்த்த நாள் என்பதால் மாலையும் பேருந்துகள் அனைத்தும் கூட்ட நெரிசலாகவே இருந்தது. அதனால் தாமதமாகவே கிளம்பி ஊர் வந்து சேர்ந்தாள். டியூசன் செல்வதற்க்கு நேரமானதால் வீட்டிற்குச் செல்லாமல் நேரடியாக தன் ஸ்கூட்டியில் டியூசன் சென்டெர்க்குச் சென்றாள். அந்த நேரம் பத்தாம் வகுப்பு மாணவியர்கள் மட்டுமே டியூசனில் இருந்தனர்.

"என்ன தூரி, ஸ்கூல் யூனிபார்ம் மாத்தாம அப்படியே வந்துட்ட?" என்று கேட்டாள் நிவி. "ஆமா நிவி... லேட் ஆகிடுச்சு, அதான் வீட்டுக்குப் போகாம நேரா இங்க வந்துட்டேன்" என்றாள் தூரி. "அல்ரெடி லேட் ஆகிடுச்சே தூரி, இன்னும் 20 மினிட்ஸ்ல 12த் டியூசன் ஸ்டார்ட் பண்ணிடுவாங்க. இந்த பேக்கு நீ லேட்டா வந்தனால உன்ன லேட்டா தான் அனுப்புவாரு" என்றாள் நிவி. "ம்ம்ம்... ஆமா நிவி. நாளைக்கு இருந்து கரெக்ட் டைம்க்கு வர ட்ரை பண்றேன்" என்றாள் தூரி. "ஓகே தூரி.. நா இன்னைக்கு சீக்கிரமா கிளம்புறேன், அம்மா கோவிலுக்கு கூப்பிட்டாங்க. நீ பத்திரமா வீட்டுக்குக் கிளம்பு, நாளைக்கு பாக்கலாம்" என்று தூரிகைக்கு பாய் சொல்லிவிட்டு கிளம்பினாள் நிவி.

சிறிது நேரத்தில் பன்னிரெண்டாம் வகுப்பு மாணவர்கள் ஒருவர் பின் ஒருவராக வர தொடங்கினர். டியூசன் மாஸ்டர் ஏதோ வேலையாக கீழே உள்ள தன் வீட்டிற்குச் சென்றார். ராமும் நிமலனும் வந்தனர். "நீ இன்னும் கிளம்பலயா? உன்னோட டியூசன் டைமிங் முடிஞ்சுருச்சே" என்று ராம் தூரிகையை பார்த்துக் கேட்டான். "நோ... லேட் ஆகிடுச்சு" என்றாள் அவள். "கீழ இருக்க ஸ்கூட்டி உன்னோடது தான?" என்று கேட்டான் ராம். "ஆமா.. என்னாச்சு?" என்று பதறிக்கொண்டு கேட்டாள் அவள். "கீய வண்டியிலேயே விட்டுட்டு வந்துட்ட போல?" என்று சிரித்துக்கொண்டே கேட்டான் ராம். உடனே அவள் தனது ஸ்கூல் பேக் முழுதும் சாவியை தேடிவிட்டு "ஐயோ! ஆமா அவசரத்துல எடுக்க மறந்துட்டேன் போல... ரொம்ப தாங்க்ஸ்.. நா போய்ட்டு எடுத்துட்டு வரேன்" என்று சொல்லிவிட்டு கிளம்பினாள். "நோ நீட் டு கோ. நிமலன் எடுத்துட்டு வந்துட்டான்" என்றான் ராம்.

அவள் அமைதியாக நிமலனை நோக்கினாள். அவள் கண்கள் அவனை பார்த்தாலே கவிஞர் வைரமுத்து சொல்வது போல் 'வயிற்றுக்கும் தொண்டைக்கும் இடையே உருவமில்லா உருண்டை ஒன்று உருளும்' நிமலனுக்கு. முகத்தில் ஒரு சிறு புன்னகையுடன் வண்டி சாவியை அவளிடத்தில் நீட்டினான் அவன். அதை அவள் வாங்கும்பொழுது அவனது சிறுவிரல் அவளது கைகளை தீண்டி 'டொப்' என்று சாவி தவறி கீழே விழுந்து அதில் இருந்த ரெட் கலர் டெட்டி பியர் கீ செயின் உடைந்தது.

"அச்சோ, என் கீ செயின் உடைஞ்சுருச்சு. வீட்டுல திட்டுவாங்க" என்று சற்று கோவமாய் சொன்னாள். "ஒழுங்கா கொடுக்க தெரியாதா?"

என்று அவளுக்காக பாவம் பார்த்து வண்டிச் சாவியை எடுத்து வந்த நிமலனை திட்டினாள். "ஏம்மா நீ பாவமேனு சாவிய எடுத்துட்டு வந்து கொடுத்தவன இப்படி திட்டுற? கீ செயின் தானே உடைஞ்சது? கீ நல்லா தான இருக்கு?" என்றான் ராம். "நா உங்கள என் கீய எடுத்துட்டு வர சொன்னேனா? எனக்கு தெரியாது என்னோட கீ செயின் எனக்கு நாளைக்கு வேணும்" என்று சொல்லிவிட்டு சாவியை எடுத்துக்கொண்டு வீட்டிற்கு விரைந்தாள்.

மறுநாள் எப்பொழுதும் போல் பள்ளிக்குக் கிளம்பினாள். டூ வீலர் ஸ்டாண்டில் தன் ஸ்கூட்டியை நிறுத்தி விட்டு பேருந்திற்காக காத்துக் கொண்டிருந்தாள். ஆடி அசைந்து ஒரு பேருந்து வந்தது. நெரிசலாக இல்லை என்றாலும் அமருவதற்கு இருக்கை இல்லாமல் ஆங்காங்கே பயணிகள் நின்றுகொண்டு பயணித்தனர். எப்பொழுதும் பேருந்தின் முன்-பக்க படி வழியாக ஏறி சாலையை நோக்கியே தன் கழுத்தை திருப்பி-யவண்ணம் இருப்பாள் தூரிகை. பேருந்தின் உள்ளே என்ன நடக்கிறது, யார் இருக்கிறார்கள், அமருவதற்கு இருக்கைகள் இருக்கிறதா இல்-லையா என்பதையெல்லாம் பார்க்கமாட்டாள். டிக்கெட் எடுப்பதற்காக சற்று கழுத்தை திருப்பினால் தான் உண்டு. இறங்கும் வரை கழுத்தே வலித்தாலும் திரும்புவதில்லை.

அப்படியாக பேருந்தின் முன்படி வழியே ஏறி, எப்பொழுதும் தான் நிற்கும் பொசிசனில் நின்று கொண்டாள். ஆங்காங்கே உள்ள பேருந்து நிறுத்தத்தில் நிறுத்தி பயணிகளை ஏற்றிச் சென்று கொண்டிருந்தது அந்த 'டப்பா' பேருந்து. அவள் எதையும் கண்டுகொள்ளாமல் தலையை முன்-பக்கமாக திருப்பியவாரே நின்று கொண்டிருந்தாள். நடத்துனர் டிக்கெட் எடுப்பதற்காக வந்தார். கையில் சுருட்டி வைத்திருந்த பத்து ரூபாய் நோட்டை நடத்துனரின் அருகில் நீட்டி "ஒரு என்.எஸ்.ஜி கொடுங்க" என்று அவள் கேட்டு முடிப்பதற்குள் "ரெண்டு என்.எஸ்.ஜி கொடுங்க அவங்களுக்கும் சேர்த்து" என்று இரண்டு பத்து ரூபாய் நோட்டை நீட்-டியது ஒரு கரம்.....

6

"ஏமா, யாராவது ஒருத்தர் டிக்கெட் வாங்குங்க... வாங்கினவங்களுக்கு திரும்பி வாங்காதீங்க" என்று சொல்லிக்கொண்டே என்.எஸ்.ஜிக்கு இரண்டு டிக்கெட்டுகளை கிழித்து 20 ரூபாயை நீட்டிய கரத்தில் கொடுத்தார். யாரென திரும்பிப் பார்த்தாள், நிமலன் இரண்டு டிக்கெட்டுகளையும் வாங்கி தன் பாண்ட் பாக்கெட்டில் வைத்துக்கொண்டே தூரிகையை பார்த்தான். தன் ஸ்கூல்பேக்கில் வைத்திருந்த டான்சிங் கேர்ள் கீ செயினையும், ப்ளூ டக்ளிங் கேப் கீ செயினையும் எடுத்து அவளிடத்தில் நீட்டினான். "உங்க கீ செயின் உடைச்சதுக்கு சாரி. அதே மாதிரி கீ செயின் தேடினேன் பட் கிடைக்கல. சோ, இந்த ரெண்டையும் வாங்கிக்கோங்க" என்றான் நிமலன் அவளைப் பார்த்து.

"இவன் ஸ்கூல் பஸ்ல போகாம இங்க என்ன பண்றான்!" என்று அவள் தனக்குள்ளேயே யோசிக்கும் பொழுதே அவள் இறங்கும் இடம் வந்தது. கடகடவென தன் ஸ்கூல்பேக்கை எடுத்துக்கொண்டு நிமலனை கண்டுகொள்ளாமல் பேருந்தைவிட்டு இறங்கினாள். அவளது பள்ளிக்கும் பஸ் ஸ்டாப்புக்கும் 10 நிமிட நடைபயணம் இருக்கும். நிமலனும் அதே ஸ்டாப்பில் இறங்கி அவளை பின் தொடர்ந்தான். எங்கே அவளது ஸ்கூலுக்கு வந்துவிடுவானோ என்று பயந்து வேகமாய் நடந்தாள் அவனை அவ்வப்போது திரும்பிப் பார்த்துக்கொண்டே. அவள் ஒவ்வொரு முறை திரும்பிப் பார்க்கும் பொழுதும் அவன் தன் கையில் வைத்திருந்த கீ செயினை நீட்டிக்கொண்டே இருந்தான். அவள் ஒரே ஓட்டமாக ஓடி பள்ளிக்கூடத்தை சென்றடைந்தாள். நிமலன் அவளது பள்ளி வாசலில் நின்று அவளது பார்வை அவன் கண்களை விட்டு மறையும் வரை பார்த்துக் கொண்டிருந்தான். அவள் கீ செயினை வாங்கவில்லை என்று அவன் வருந்தவில்லை. அவள் ஒவ்வொரு முறையும் அவனை திரும்-

பிப் பார்த்த அந்த தருணம் மட்டுமே அவனது நினைவில் இருந்தது. அந்த சந்தோசத்துடன் அவ்விடத்தை விட்டு நகர்ந்தான்.

பள்ளிக்குச் சென்ற தூரிகையின் கவனம் சிதறிக்கொண்டே இருந்தது. காலையில் நிமலன் அவளை பின் தொடர்ந்தது அவளது நினைவில் வந்துகொண்டே இருந்தது. அன்றைக்குப் பள்ளி முடிந்து மாலை பேருந்திற்காக காத்துக்கொண்டிருந்தாள். பேருந்தும் வந்தது. நிமலனும் வந்தான். அவள் அப்பொழுதும் அவனை கண்டுகொள்ளவில்லை. இருவரும் பேருந்தில் ஏறினர். மூன்று பேர் அமரும் இருக்கை ஒன்று மட்டும் இருந்தது. மற்ற இடமெல்லாம் பயணிகள் அமர்ந்திருந்தனர். அவள் அந்த இருக்கையின் ஜன்னலோரத்தில் சென்று அமர்ந்து கொண்டாள். அவன் நின்றுகொண்டே பயணித்தான்.

சிறிது தூரம் சென்ற பின் நடத்துனர் டிக்கெட் கேட்டு வந்தார். "ஏமா, உன் பைய நடுவுல வச்சுட்டு இந்த பையனுக்கு உட்கார இடம் கொடுக்கலாம்ல?" என்றார் அவர் தூரிகையை பார்த்து. அவள் என்ன பதில் சொல்வதென்று தெரியாமல் முழித்துக் கொண்டிருந்தாள். அவள் சஞ்சலப்படுவதை பார்த்த நிமலன் "இல்ல சார்... நா நின்னுட்டே ட்ராவல் பண்றேன், நோ ப்ராப்லெம்" என்று நடத்துனரிடம் சொன்னான். "என்னவோ போங்கப்பா.. இந்த காலத்து பிள்ளைங்களே வித்தியாசமா தான் இருக்குறீங்க" என்று சொல்லி டிக்கெட்டுகளை கொடுத்துவிட்டு நகர்ந்தார்.

ஊரை சென்றடைவதற்கு இன்னும் 20 நிமிடங்கள் இருந்தன. எங்கேயும் இடம் காலியாகவில்லை. நடத்துனர் சொன்னது போல் தனது ஸ்கூல்பேக்கை எடுத்து நடுவில் வைத்துவிட்டு நிமலனை பார்த்தாள். எண்ணில் அடங்கா சந்தோசம் அவனது முகத்தில். "தாங்க்ஸ்" என்று சொல்லி சட்டென அவளது பேகின் அருகே அமர்ந்து கொண்டான். தன் கையில் இருந்த கீ செயின்களை நீட்டி "இப்போவாது வாங்கிக்கோங்க" என்றான் அவளைப் பார்த்து. அவளுக்கு காலையில் எழுந்த சந்தேகத்தை அப்போது நிமலனிடம் கேட்டாள் "உங்களுக்கு ஸ்கூல் பஸ் தான? எதுக்காக அவுட்ப்ஸ்ல ட்ராவல் பண்றிங்க?" "இன்னைக்கு தான் ஸ்கூல் பஸ்ச வேணும்னே மிஸ் பண்ணினேன், உங்ககிட்ட இந்த கீ செயின கொடுக்குறதுக்காக" என்றான் அவன்.

அவள் ஆச்சரியத்துடன் அவனைப் பார்த்து கேட்டாள் "ரியல்லி! டியூசன் வரப்போ கொடுத்திருக்கலாமே?" "இல்ல, நீங்க தான் வீட்டுல

திட்டுவாங்கன்னு சொன்னிங்க! அதான் இன்னைக்கு வீட்டுக்கு ஈவினிங் போரப்போவே கீ செயினோட போனீங்கனா திட்ட மாட்டாங்கள்ல, அதான்" என்றான் மிகவும் அக்கறையுடன். அவள் பதில் எதுவும் பேசவில்லை, அமைதியாக அவனது கைகளில் இருந்து கீ செயின்களை பெற்றுக்கொண்டு "தாங்க் யூ" என்றாள். அவன் சிரித்துக்கொண்டே தன் மனதில் இருப்பதை சொல்லிவிடலாம் என எண்ணியபொழுது சத்தமாக சீழ்க்கை ஒலி கேட்டது. "அவுட்டர் எல்லாம் இறங்கிக்கோங்க" என்றார் நடத்துனர். "என் ஸ்டாப் வந்துடுச்சு.. வில் யூ ப்ளீஸ் மூவ்?" என்றாள் தூரிகை. கிடைத்த வாய்ப்பை இம்முறையும் நழுவ விட்ட நிமலன் வருத்தத்துடன் எழுந்து அவளுக்கு வழிவிட்டான்.

அவள் பேருந்தை விட்டு இறங்கி தன் ஸ்கூட்டியை ஸ்டாண்டில் இருந்து எடுத்து தன் கீயில் நிமலன் கொடுத்த டான்சிங் கேர்ள் கீ செயினை ஒரு சிறு புன்னகையுடன் மாட்டிவிட்டு வண்டியை ஸ்டார்ட் செய்து வீட்டிற்கு வந்து சேர்ந்தாள். சாவியை தான் எப்பொழுதும் தொங்கவிடும் கீ ஸ்டாண்டில் மாட்டிவிட்டு டியூசன் கிளம்ப ஆயத்தமானாள்.

"என்ன கீ செயின் புதுசா இருக்கு?" என்று மல்லிகை கேட்டாள். ஒரு நிமிடம் 'பக்' என ஆனது தூரிகைக்கு. "இல்ல மா, அது வந்து நேத்து வந்து உடைஞ்சது டியூசன்ல" என்றாள் பதற்றத்துடன். "என்ன உளற்ர? பழைய கீ செயின் என்ன ஆச்சு?" என்று கேட்டாள் மல்லிகை. "உடைஞ்சுருச்சு மா" என்றாள் தூரிகை. "ஓ.. அதனால நா திட்டுவேன்னு நீயே புது கீ செயின் வாங்கிட்டியா?" என்றாள் மல்லிகை. "ம்ம்ம்.. ஆமா மா. உங்ககிட்ட சொல்லணும்னு நெனச்சேன் பட் மறந்துட்டேன்" என்றாள் அவள். "பரவா இல்ல, இதுகூட அழகா தான் இருக்கு. சரி அங்க உருளைக்கிழங்கு சிப்ஸ் எடுத்து வச்சுருக்கேன் பாரு, அதை சாப்டுட்டு டியூசனுக்கு போயிட்டு வா" என்று சொல்லிவிட்டு துணியை உலர்த்தச் சென்றாள் மல்லிகை. "சரி மா" என்று சொல்லி பெருமூச்சு விட்டாள் தூரிகை. ஆனால் தன் அம்மாவிடம் விசயத்தை மறைத்து விட்ட உறுத்தல் அவளுக்கு இருந்தது.

கையில் புத்தகங்களை எடுத்துக்கொண்டு டியூசனிற்க்கு கிளம்பினாள். அவள் பாதி தூரம் செல்லுகையில் சரசரவென மழை பெய்ய தொடங்கியது. குடுகுடுவென ஓடி கட்டி முடிக்கப்படாத ஒரு கட்டிடத்தின் வாயிலில் நின்று கொண்டிருந்தாள்.....

7

அந்த வழியாக ரெயின் கோட் போட்டுக்கொண்டு தனது பைக்கில் வந்த வேல்விழியின் தந்தை, தூரிகை அங்கு நின்று கொண்டிருப்பதைப் பார்த்து, "என்னமா தூரிகை இங்க நின்னுட்டு இருக்க?" என்று கேட்டார். "இல்லைங்கப்பா, டியூசன் போறதுக்காக வந்தேன் வழிலேயே மழை வந்துடுச்சுப்பா" என்றாள் அவள். "சரி வா மா இப்போதைக்கு மழை விடுற மாதிரி தெரியல, சல்லுனு ஒரே அழுத்துல டியூசன்ல விட்டுடறேன் உன்னை" என்றார் அவர். "உங்களுக்கு எதுக்குங்கப்பா சிரமம்? மழை விட்டதும் நானே நடந்து போயிடுறேன்" என்றாள் அவள். "எனக்கு ஒரு சிரமும் இல்லமா.. பொம்பளப்பிள்ளை இப்படி தனியா நிக்க கூடாது. நா அந்த வழியா தான் போறேன் ஒரு வேலையா, நீ தலை நனையாம துப்பட்டாவை எடுத்து போட்டுக்கிட்டு வந்து சீக்கிரமா வண்டியில உட்காருமா" என்றார் அவர். "அப்படியா.. சரிங்கப்பா" என்று சொல்லி ஓடிவந்து வண்டியில் அமர்ந்து கொண்டாள் அவள். "சரி மா, பார்த்து போயிட்டு வா" என்று சொல்லி அவளை டியூசன் வாயிலில் இறக்கிவிட்டுச் சென்றார் வேல்விழியின் தந்தை.

அவருக்கு நன்றி சொல்லிவிட்டு டியூசன் போர்டிகோவில் காலணிகளை கழட்டினாள் தூரிகை. அன்றைக்கு மழை பெய்ததால் என்னவோ பெரும்பாலானோர் டியூசனிற்க்கு வரவில்லை. எண்ணி ஆறு ஜோடி காலணிகள் மட்டுமே இருந்தது அவளுடையதையும் சேர்த்து. அவளது தோழி நிவியின் காலணிகளும் அதில் இருந்தது. அதனால் சந்தோசமாக டியூசனின் உள்ளே நுழைந்தாள் அவள். மழை பெய்து கொண்டிருந்ததால் மாடிப்படியின் கீழ் உள்ள அறையிலும், மாடி படிகளின் மீதும் ஒவ்வொருவராக அமர்ந்திருந்தனர் அங்கு இருந்த ஐவரும். அவள் சென்று தன் தோழி நிவியின் அருகே மாடிப்படிகளில் அமர்ந்து கொண்டாள்.

"எப்படி தூரி வந்த இந்த மழையில? நீ இன்னைக்கு வர மாட்டி-யோன்னு நினைச்சேன்" என்றாள் நிவி. "வேல்விழி சொல்லிருக்கேன்ல, அவளோட அப்பா தான் நிவி வந்து விட்டார். நா மழையா இருந்த-தால பாதி வழிலேயே நின்னுட்டேன்" என்றாள் தூரி. அவர்கள் இரு-வரும் பேசிக்கொண்டிருக்கும் பொழுதே "என்ன இன்னைக்கு மொத்தமே ஆறு பேரு தானா டியூசன்ல?" என்று கேட்டுக்கொண்டே அறையின் உள்ளே நுழைந்தார் டியூசன் வாத்தியார். அவரை பின்தொடர்ந்து நிம-லனும் ராமும் பாதி நனைந்தும் நனையாமலும் உள்ளே நுழைந்தனர். "சரி.. இவர்களையும் சேர்த்து மொத்தம் எட்டு பேர். எட்டு பேரை வைத்து என்னனு நான் பாடம் நடத்துறது? அவங்க அவங்க சிலபஸ்ல இருக்குற பழைய சம்ஸ்ச போட்டு பாருங்க. டவுட் இருந்தா கேளுங்க நான் உள்ள ரூம்ல இருப்பேன் கூப்பிடுங்க. டுமாரோ க்ளாஸ் ஸ்டார்ட் பண்ணலாம்" என்று சொல்லிவிட்டு நகர்ந்தார்.

அவர் சென்றதும் வழக்கம்போல் அனைவரும் குசியாக பேசத்துவங்-கினர். "ஆமா தூரி, நேத்து உன் கீ செயின் உடைச்சுட்டாங்களாமே நிமலன் அண்ணா! ராம் சொன்னான், என்றாள் நிவி. "எஸ் நிவி, அவங்க கொடுக்குறப்போ தவறி கீழே விழுந்து உடைஞ்சுருச்சு" என்றாள் தூரி. "நியூ கீ செயின் வாங்கி கொடுக்க சொன்னியா?" என்று கேட்-டாள் நிவி. "நியூ கீ செயின் கேக்கல பட் என்னோட கீ செயின் எனக்கு வேணும்னு சொன்னேன்" என்றாள் தூரி. "ஹே, லூசு உடைஞ்சத மறு-படியும் ஒட்டவைச்சா கொடுக்க முடியும்? இதான் சாக்குனு நியூ கீ செயின் கேட்ருக்கலாம்ல? நீ ஒரு பேக்கு!" என்றாள் நிவி. "நியூ கீ செயின் தான் கொடுத்தாங்க நிவி" என்றாள் தூரி. "கொடுத்துட்டாங்-களா? யாரு? நிமலன் அண்ணாவா? எப்போ கொடுத்தாங்க எனக்கு தெரியாம? நானும் இங்க தான இருக்கேன்!!" என்று ஆச்சரியத்துடன் கேட்டாள் நிவி. "ஆமா, நிமலன் தான் கொடுத்தாங்க. பட் இங்க இல்ல, ஈவினிங் பஸ்ல வரும் போது கொடுத்தாங்க" என்றாள் தூரி.

"ஓஹோ... அதான் அந்த அண்ணா இன்னைக்கு ஸ்கூல் பஸ்ல வரலையா! இப்போதான் தெரியுது எதுக்குன்னு. சரி சரி... கீ செயின் எங்க? எனக்கு காட்டு" என்றாள் நிவி சிரித்துக்கொண்டே. "வீட்ல வச்சுட்டு வந்துட்டேனே" என்றாள் தூரி. "அடிப்பாவி! உன்ன போய் பேக்குனு சொல்லிட்டேனே! சரி போய் தொல. நாளைக்கு எடுத்துட்டு வந்து காட்டுற. புரிஞ்சதா?" என்றாள் நிவி. "சரி கொந்தளிக்காத.

கண்டிப்பா நாளைக்கு எடுத்துட்டு வர்றேன்" என்றாள் தூரி. "அந்த அண்ணா வேற ஏதாவது சொன்னாங்களா?" என்று ஆர்வத்துடன் கேட்-டாள் நிவி. "இல்ல.. ஒன்னும் சொல்லல" என்றாள் தூரி. "ஏதாவது சொல்லிருக்கனுமே! ம்ம்ம்... ஐ திங்க் அவங்களுக்கு உன்மேல ஏதோ பீலிங்ஸ் இருக்கும்னு நினைக்கிறேன்" என்றாள் நிவி. "என்ன மண்-ணாங்கட்டி பீலிங்ஸ்? அதெல்லாம் ஒன்னும் இருக்காது... இருக்கவும் கூடாது கடவுளே!! எனக்கு அதெல்லாம் செட் ஆகாது நிவி" என்றாள் தூரி. "இப்போ எதுக்கு பதறுற? நான் தான சொன்னேன். நிமலன் அண்ணா இன்னும் எதுவும் சொல்லலைல? விடு பயப்படாத" என்றாள் நிவி. "ம்ம்ம்... சரி" என்றாள் தூரி.

"ஹே தூரி நாம 'ராஜா ராணி' விளையாடுவோமா! அதான் சார் இன்னைக்கு எதுவும் டீச் பன்ன மாட்டாருல?" என்று கேட்டாள் நிவி. "குட் ஐடியா நிவி! பட் அதுக்கு அஞ்சு பேர் தேவை தான? நாம ரெண்டு பேர் தான் இருக்கோம்!" என்றாள் தூரி. "அதான் ராம், நிம-லன் அண்ணா இருக்காங்கள்ல, கூட நம்ம ரஞ்சனிய கூப்பிட்டுப்-போம்" என்று சொல்லி தன் சக தோழியான ரஞ்சனியையும் விளை-யாட அழைத்தாள் நிவி. அவளும் சம்மதித்தாள். "ராம்... 'ராஜா ராணி' விளையாடலாம் வாயேன் ப்ளீஸ். நிமலன் அண்ணாவையும் கூப்பிடு" என்றாள் நிவி. "போவியா நீ வேற... உனக்கு வேற வேலை இல்ல சிறு-வண்டு" என்றான் ராம் விளையாட ஆர்வம் இல்லாமல். "ஏய்.. ப்ளீஸ் வா டா விளையாடலாம்" என்றாள் நிவி. "சரி பட் கொஞ்ச நேரம் தான் விளையாடுவேன் பார்த்துக்கோ அப்புறம் டார்ச்சர் பண்ணக் கூடாது. நிமலா வா டா விளையாடுவோம்" என்றான் ராம். நிமலனும் சம்மதித்-தான்.

"சரி வாங்க எல்லோரும் விளையாடுவோம்" என்று சொல்லி ஆட்-டத்தை துவங்கினர் அவர்கள் ஐவரும். தூரிகை, ராம், நிமலன், நிவி, ரஞ்சனி என வட்டமாக அமர்ந்திருந்தனர். "நா முதல்ல கேம் ரூல்ஸ் சொல்லிடுறேன்" என்று ஆரம்பித்தாள் நிவி. "ஆமா இது என்ன பெரிய ஒலிம்பிக் கேமா! ரூல்ஸ் எல்லாம் சொல்ற? சீட்ட குலுக்கிப் போட்டு தொல" என்றான் ராம் நிவியிடம். "போடா" என்று ராமை பார்த்து சொல்லிவிட்டு சீட்டை குலுக்கிப் போட்டாள் நிவி. மடமடவென சீட்டை எடுத்தனர் ஒவ்வொருவரும். இரண்டு மூன்று ஆட்டங்கள் சென்றது. இம்முறை ராம் சீட்டை குலுக்கி போட்டான். "இந்த தடவ நான் தான்

போலீஸ்" என்று சொல்லிவிட்டு திருடனை கண்டுபிடிக்க அனைவரை-யும் உற்று பார்த்துக் கொண்டிருந்தான் ராம். "உன் திருட்டு முழிலையே தெரியுது நீ தான் திருடின்னு" என்றான் ராம் நிவியை பார்த்து. "எப்படி டா கரெக்ட்டா கண்டு பிடிச்ச?" என்று ராமை பார்த்து சொல்லிவிட்டு "ஹே மத்தவங்களாம் சீட்டை கீழ போட்டுராதீங்க.. நா ஒரு சேஞ்சுக்கு இப்போ மந்திரியை கண்டு பிடிக்கிறேன் அப்படியே மந்திரி ராணியை கண்டு பிடிக்கட்டும்" என்றாள் நிவி. "ரஞ்சனி நீ தான மந்திரி?" என்று நிவி சரியாக கண்டுபிடிக்க, ரஞ்சனி ராணியை கண்டுபிடிக்க நிமலனை-யும் தூரிகையையும் உற்று பார்த்துக் கொண்டிருந்தாள்.

"நிமலன் அண்ணா நீங்க தான் ராணி கரெக்ட்டா?" என்று ரஞ்சனி கேட்க அவன் "நோ" என்று சொல்லி கையில் இருந்த சீட்டை விரித்-துக்காட்டி **தன்ராணியைப்பார்த்தான்.....**

8

"நான் தான் ராணி, நீ அவுட் ரஞ்சனி" என்று சிரித்துக்கொண்டே தன் கையில் இருந்த சீட்டை விரித்துக் காட்டினாள் தூரிகை. "இந்த கேம் போதும். வேற கேம் விளையாடுவோமா?" என்று அனைவரையும் பார்த்து கேட்டாள் நிவி. "வேற என்ன கேம்?" என்று கேட்டான் ராம். "'ஸூட்' விளையாடலாம்!" என்றாள் நிவி. "ஸூட்னா இந்த மூனுமே ஒரே சீட்டா சேர்ப்பாங்களே அதுவா?" என்று கேட்டான் ராம். "ம்ம்ம்.. எஸ்" என்றாள் நிவி. "மழை இப்போ தான் விட்ட மாதிரி இருக்கு, நான் வீட்டுக்குக் கிளம்புறேன் இப்போவே. நீங்க விளையாடுங்க" என்று சொல்லிவிட்டு தன் வீட்டிற்க்கு கிளம்பினாள் ரஞ்சனி.

"நானும் கிளம்பவா?" என்று நிவியிடம் கேட்டாள் தூரி. "நீ எங்க போற? இரு தூரி விளையாடிட்டு கிளம்புவோம் ரெண்டு பேரும்" என்றாள் நிவி. "திரும்பி மழை வந்துடுச்சுனா என்ன பண்ணுறது? வீட்டுக்குப் போறதுக்குள்ள நனைஞ்சுடுவேனே நிவி!" என்றாள் தூரி. "டோன்ட் ஒரி... என்கிட்ட குடை இருக்கு. நீ எடுத்துட்டு போ. எனக்கு இங்க பக்கத்துல தான வீடு, சோ நோ ப்ராப்லெம்" என்றாள் நிவி. "ம்ம்ம்.. ஓகே" என்றாள் தூரி.

நால்வரும் விளையாட ஆயத்தமானார்கள். இப்பொழுது ராம், நிமலன், நிவி, தூரிகை என வட்டமாக அமர்ந்திருந்தனர். "ஏதாவது ஃபுட் நேம்ஸ் எழுதி விளையாடுவோமா?" என்று கேட்டாள் நிவி. "சோத்து மூட்ட... எப்போவும் சாப்பிட்றதுலயே இரு" என்று தன் தலையில் அடித்துக்கொண்டான் ராம். "சரி... அப்போ மூவீஸ் நேம்ஸ் எழுதி விளையாடலாமா?" என கேட்டாள் தூரி. "நோ.. நாம புதுசா விளையாடலாம்!! நம்ம நாலு பேருடைய நேம்ஸ் எழுதி விளையாடுவோம்" என்றான் ராம். ராம் சொன்ன ஐடியா அனைவருக்கும் பிடித்தது.

அவன் சொன்னபடியே அவர்கள் நால்வரின் பெயரையும் மூன்று மூன்று சீட்டுகளில் எழுதினாள் தூரிகை. அதை நிமலனும் நிவியும் மடித்தனர். பாயிண்ட்ஸ் போடுவதற்க்கு நோட்டில் அனைவரின் பெயர்களையும் எழுதினான் ராம்.

"ஓகே.. ஷால் வீ ஸ்டார்ட்?" என்றாள் நிவி. அனைவரும் தலையை அசைத்து சம்மதத்தை தெரிவித்தனர். முதல் ஆட்டத்தை நிவி துவங்கி வைத்தாள். அடுத்தடுத்து போட்டியில் ஜெயிப்பவர்கள் சீட்டைக் குலுக்கிப்போட வேண்டும். அவள் சீட்டைக் குலுக்கி தரையில் போட்ட நிமிடத்தில் நால்வரும் சட்டென மூன்று சீட்டுக்களை அடித்துபிடித்து எடுத்தனர். ஒவ்வொருவரும் சீட்டுக்களை சுழற்றி விட்டு தனக்குரிய சீட்டுக்களை சேமித்துக் கொண்டிருந்தனர். நிமலனின் கைகளில் "தூரிகை, ராம், நிவி" என மூன்று சீட்டுக்கள் இருந்தது. அவன் தூரிகையின் பெயர் எழுதியிருக்கும் சீட்டை மட்டும் சுழலவிடாமல் தனது கையிலேயே வைத்துக் கொண்டிருந்தான். ஒவ்வொரு முறையும் தூரிகையின் பெயர் எழுதி இருந்த சீட்டையே சேர்க்க நினைத்தான்.

முதல் ஆட்டத்தில் 'ராம்' என்று எழுதியிருந்த சீட்டுக்களை வைத்து நிவி ஸ்விட் அடித்தாள். இரண்டாவது ஆட்டத்தில் 'நிவி' என்று எழுதியிருந்த சீட்டுக்களை வைத்து ராம் ஸ்விட் அடித்தான். மூன்றாம் முறை ஆட்டம் ஆரம்பித்தது. "என்ன தூரி, உன் பெயரை சேர்க்கலாம்னு நினைக்கிறேன் பட் ஒரு தடவை கூட சீட்டு சேர மாட்டேனுது!!" என்றாள் நிவி. ராம் சந்தேகத்துடன் நிமலனைப் பார்த்தான். நிமலனும் அசடு வழிய சிரித்தான். "எனக்கு தெரியும் ஏன் உனக்கு தூரிகைச் சீட்டு சேரலைனு..." என்று சிரித்துக்கொண்டே நிவியிடம் கூறினான் ராம். "அப்படியா!! ஏன்டா? நீ சேர்த்துட்டு இருக்கியா?" என்று ராமிடம் கேட்டாள் நிவி. "இல்ல.. இப்போ தெரியும் பாரு" என்று சொல்லிவிட்டு தன்னிடமிருந்த 'தூரிகை'யின் பெயர் எழுதிய சீட்டை அவனுக்கு அடுத்ததாக அமர்ந்திருந்த நிமலனின் கையில் கொடுத்தான்.

நிமலன் அதனை வாங்கிக்கொண்டு தன்னிடம் ஏற்கனவே 'தூரிகை' என எழுதப்பட்டிருந்த இரண்டு சீட்டுகலுடன் அதனையும் சேர்த்து ஸ்விட் அடித்தான். எல்லோரும் மடமடவென அவனின் கைகளின் மேல் தங்களது கைகளை வைத்து ஸ்விட் அடித்தனர். "என்ன சீட்டு வச்சு டா ஸ்விட் அடிச்ச?எங்களுக்கும் காட்டு பார்ப்போம்" என நிமலனிடம் கூறினான் ராம். நிமலன் புன்சிரிப்புடன் தூரிகை என எழுதப்பட்டிருந்த

சீட்டுக்களை காண்பித்தான் அனைவருக்கும். "நினைச்சேன் டா... இது உன் வேலையா தான் இருக்கும்னு" என்று சொல்லி நிமலனின் தோளில் தட்டினான் ராம். "ஓஹோ... கதை இப்படி போகுதா?" என்று சிரித்-துக்கொண்டே நிமலனைப் பார்த்துச் சொன்னாள் நிவி. தூரிகை என்ன முக பாவனை கொடுப்பது என்று தெரியாமல் ஒரு பதற்ற நிலையுடன் காணப்பட்டாள். அதை உணர்ந்த நிமலன், "ஓகே.. கேம் ஸ்டாப் பண்-ணிக்களாமா?" என்றான். அனைவரும் சம்மதித்தனர். தூரிகை அமை-தியாகவே இருந்தாள்.

"இப்போ எதுக்கு நீ இப்படி இருக்க?" என தூரிகையைப் பார்த்துக் கேட்டாள் நிவி. "எனக்கு இது எல்லாம் வித்தியாசமா இருக்கு நிவி" என்றாள் தூரி. "என்ன வித்தியாசமா இருக்க? நிமலன் அண்ணாக்கு உன் மேல பீலிங்ஸ் இருக்குறது இப்போ 70% கன்பார்ம் ஆகிடுச்சு. பட் அந்த அண்ணா இன்னும் ஒன்னும் சொல்லலைல? தென், ஒய் ஒரி?" என்றாள் நிவி. அமைதியாக இருந்தாள் தூரி. "அப்படி அந்த அண்ணாவே உன்கிட்ட வந்து ப்ரொபோஸ் பன்னினா கூட, உனக்கு பிடிக்கலைன்னா நோ சொல்லிரு. சிம்ப்பிள்!!! இதுக்கு போய்ட்டு இப்படி இருக்கியே..." என்றாள் நிவி.

"ஐயோ நிவி... அவங்க அப்படி என்கிட்டே சொல்லிறவே கூடா-துன்னு நினைக்கிறேன். பேசாம நானே அவங்ககிட்ட போய்ட்டு 'என்-மேல எதுவும் பீலிங்ஸ் வச்சுக்காதீங்க, எனக்கு என் பேமிலிக்கு இதுலாம் செட் ஆகாது' அப்படினு சொல்லிறவா?" என்றாள் தூரி. "ஏய்... இது-லாம் நான் தான சொன்னேன்.. அந்த அண்ணா நிஜமாவே என்ன நினைக்குறாங்கனு நமக்கு எப்படி தெரியும்? நீயா வழிய போய் ஏதாவது டயலாக் பேசி பல்ப் வாங்காத லூசு.." என்றாள் நிவி. "ம்ம்ம்... அதுவும் சரி தான் நிவி" என்று சற்று சாந்தம் அடைந்தாள் தூரி. "பட் அந்த அண்ணா ரொம்ப நல்ல கேரக்டர்னு ராம் சொல்லுவான் தூரி" என்றாள் நிவி. "அதுக்கு என்னைய என்ன செய்ய சொல்லுற?" என்றாள் தூரி கோவமாக. "ஹே... கூல்... எதுக்கு கோவப்படுற? எனக்கு தெரிஞ்சதை சொன்னேன்" என்றாள் நிவி.

"சரி நிவி... டைம் ஆகிடுச்சு... வீட்டுக்குக் கிளம்புவோமா?" என்-றாள் தூரி. "ஓகே.. வா கிளம்பலாம்"என்று சொன்னாள் நிவி. "ராம், நாங்க கிளம்புறோம். நீ எப்போ வருவ வீட்டுக்கு?" என்று ராமிடம் கேட்டாள் நிவி. "நீ கிளம்பு. நான் அரை மணி நேரத்துல வந்துடுவேன்"

என்றான் ராம். "ம்ம்.. ஓகே!" என்று சொல்லிவிட்டு தூரிகையுடன் கிளம்பினாள் நிவி. அவர்கள் கிளம்பியதும், "நீ ட்ருஆ லவ் பண்ணு-றியா டா தூரிகைய?" என்று நிமலனிடம் கேட்டான் ராம். சில நொடி-கள் மௌனமாக இருந்துவிட்டு ராமிடம் நிமலன் கூறினான், **"ஷீ இஸ் எவரித்திங் டு மீ......."**

9

"என்னடா சொல்லுற? ஆர் யூ சீரியஸ்? நான் கூட நீ ஏதோ சும்மா அந்த பொண்ணுகிட்ட பேச நினைக்கிற போலனு நினைச்சேன்" என்றான் ராம் நிமலனிடம். "இல்ல டா... ஐ ஆம் சீரியஸ் அபௌட் ஹெர்" என்றான் நிமலன். "அப்புறம் எதுக்கு யோசிச்சுட்டு இருக்க? தூரிகை கிட்ட சொல்லிற வேண்டியது தான!" என்றான் ராம். "சொல்லனும் டா" என்றான் நிமலன். "என்னைக்கு சார் சொல்ல போறீங்க? அதுக்கு எதுவும் நல்ல நேரம் இருக்கா?" என்று கேட்டான் ராம். "மெதுவா சொல்லிக்கிறேன் டா" என்றான் நிமலன். "இன்னைக்கு கூட சொல்லியிருக்கலாமே டா!!! யாருமே இல்ல டியூசன்ல.. நல்ல சான்ஸ மிஸ் பண்ணிட்டியே!" என்றான் ராம். "என் பர்த்டேக்கு முன்னாடி நாள் சொல்லலாம்னு இருக்கேன் டா" என்றான் நிமலன். "உன் பர்த்டேக்கு இன்னும் ரெண்டு நாள் தான டா இருக்கு! என்னமோ இன்னும் ஆறு மாசம் இருக்குற மாதிரி சொல்லுற? நாளை கழிச்சு பர்த்டே, அப்படினா நாளைக்கு ப்ரொபோஸ் பண்ண போறியா?" என கேட்டான் ராம். "ம்ம்ம்... ஆமா" என்றான் நிமலன்.

"செம டா.. அக்ஸப்ட் பண்ணிட்டா ட்ரீட் வச்சிரு" என்றான் ராம். "கண்டிப்பா ட்ரீட் வைக்கிறேன்... எனக்கு ஒரு ஹெல்ப் பண்ணுவியா ராம்?" என ராமிடம் கேட்டான் நிமலன். "உனக்கு பண்ணாம யாருக்கு டா பண்ண போறேன்!!! சொல்லு, என்ன செய்யனும்?" என்றான் ராம். "நாளைக்கு எப்படியாவது தூரிகையை டியூசன் முடிச்சிட்டு வெளியில கூப்பிட்டு வர சொல்லு டா நிவேதா கிட்ட" என்றான் நிமலன். "எங்க கூப்பிட்டு வர சொல்லட்டும்?" என கேட்டான் ராம். "டியூசன்ல சொல்ல முடியாது. இந்த ஏரியாவும் வேண்டாம், தூரிகைக்கு தெரிஞ்சவங்க யாராவது இருப்பாங்க. ஸோ, டியூசன் சீக்கிரமா முடிச்சிட்டு நம்ம

பெருமாள் கோவிலுக்கு கூப்பிட்டு வர சொல்லு டா.. அங்க பேசிக்கி-றேன்" என்றான் நிமலன். "ஓ... தெய்வீகமா காதலை சொல்லணும்னு ப்ளான் பண்றீங்க!!!" என்று நக்கல் அடித்தான் ராம். "டேய்... அந்த ஐடியா தான் சரியா வரும். நான் சொன்னதை மட்டும் செய் டா" என்-றான் நிமலன். "சரி சரி... நிவிகிட்ட சொல்றேன். நீ நாளைக்காவது சொதப்பிறாம சொல்லித்தொல" என்றான் ராம். "ஓகே டன்.." என்றான் நிமலன். இருவரும் பேசிவிட்டு வீட்டிற்க்குச் சென்றனர்.

அன்றைய நாள் இரவு நிமலனுக்கு உறக்கமே வரவில்லை. நாளை தூரிகையிடம் எப்படி பேசுவது என்பது பற்றியே சிந்தித்துக் கொண்டி-ருந்தான். மறுநாள் பொழுது விடிந்தது. எப்பொழுதும் போல பள்ளிக்-குக் கிளம்பி பேருந்து நிறுத்தத்திற்கு வந்தான். பள்ளிப் பேருந்து வந்தது. ராமும் நிவியும் அதில் அமர்ந்து இருந்தனர். நிமலன் பேருந்தின் உள்ளே ஏறிவிட்டு ராமைப் பார்த்தான். ராம் நிவியைப் பார்த்தான். "டோன்ட் ஒரி அண்ணா, நான் தூரிகையை கூப்பிட்டு ஈவினிங் கோவிலுக்கு வரேன்" என்றாள் நிவி நிமலனைப் பார்த்து. சிரித்திவிட்டு "தாங்க்ஸ் மா" என்-றான் நிமலன். "பட் ஒன்திங், நானும் உங்களுக்கு ஹெல்ப் பண்றேனு தூரிகைக்கு தெரிய கூடாது. அப்புறம் அவ என்ன தப்பா நினைச்-சுப்பா" என்றாள் நிவி இருவரிடமும். "நாங்க சொல்ல மாட்டோம், நீயா உளறினா தான் உண்டு" என்றான் ராம் நிவியிடம். "எனக்குத் தெரியும் போடா" என்றாள் நிவி தன் அண்ணன் ராமிடம். "சரி... ஈவினிங் பேசு-வோம்" என்று சொல்லிவிட்டு பள்ளிக்குள் நுழைந்தனர் மூவரும்.

பள்ளிக்கூடத்தின் சாப்பாட்டு இடைவேளையில் நிமலனைப் பற்றி நேற்று டியூசனில் நிவியும் அவளும் பேசிக்கொண்டதை நினைத்துக் கொண்டிருந்தாள் தூரிகை. "ஏய் என்னடி யோசிக்கிற? சீக்கிரம் சாப்பிடு. மதியம் பர்ஸ்ட் ஹௌர் மேக்ஸ் டெஸ்ட்!! பைவ் மினிட்ஸ்க்கு முன்னாடி கிரவுண்ட்க்கு போய் எழுத ஆரம்பிகலனா அந்த மேக்ஸ் ஆத்தா பனிஷ்மென்ட் கொடுக்கும் தெரியும்ல?" என்றாள் தூரிகையின் வகுப்புத் தோழி லாவண்யா. "ஒன்னும் இல்லடி... உன்கிட்ட சொன்னேன்ல, என் டியூசன்ல ஒரு பையன பத்தி" என்றாள் தூரிகை. "ஆமா.. அதுக்கு என்ன இப்போ?" என்று கேட்டாள் லாவண்யா. "அந்த பையன் என்னை லவ் பண்றான்னு தோனுது" என்றாள் தூரிகை. "சரி.. பண்-ணிட்டு போட்டும்... உனக்கு என்ன?" என்றாள் லாவண்யா. "ஏய்! என்னடி இவ்ளோ சாதாரணமா சொல்லுற? எனக்கு பயமா இருக்கு"

என்றாள் தூரிகை. "அட போடி... அவன் ஒன்னும் சொல்லாமயே நீ இப்படி பயந்து சாகுற... சொல்லிட்டான்னா அவளோதான் போலயே!!" என்று கிண்டலாக சிரித்தாள் லாவண்யா. "உன்கிட்ட போய் சொன்னேன் பாரு.." என்றாள் தூரிகை.

"சரி விடு... நானும் உன்னை மாதிரியே 'லவ்' னாலே தெரிச்சு ஓடுவேன். பட் இப்போ கல்யாணம் பன்னா அவனை தான் பண்ணுவேனு சொல்ற அளவுக்கு 'சிவா'வை சின்சியரா லவ் பண்ணிட்டு இருக்கேன். எனக்கும் சிவாவை பிடிக்காது பர்ஸ்ட், பயந்தேன், அழுதேன், ஆனா இப்போ எல்லாம் மாறிடுச்சு... அந்த மாதிரி தான். உனக்கு அந்த பையனை பிடிச்சா சரினு சொல்லு, பிடிக்கலைனா நோ சொல்லிரு.. அவளோ தானே.. இதுக்கு போய் பயந்துட்டு இருக்க??" என்று பெரியமனுசி போல பேசினாள் லாவண்யா. "ம்ம்ம்... சரி" என்றாள் தூரிகை. " ஓகே.. வா, கிரவுண்ட்க்கு கிளம்புவோம்.. லேட் ஆகிடுச்சு" என்று சொல்லி தூரிகையை இழுத்துச் சென்றாள் லாவண்யா.

மாலை பள்ளி முடிந்து வீட்டிற்கு வந்து, டியூசனிற்கு கிளம்பிக் கொண்டிருந்தாள் தூரிகை. மல்லிகையின் கைபேசி ஒலித்தது... "தூரிகை, யாருனு கேளு.. என் கையில எண்ணெய்யா இருக்கு" என்றாள் அடுப்படியில் உளுந்த வடைக்கு மாவு தட்டிக் கொண்டிருந்த மல்லிகை. "இதோ பேசுறேன் மா" என்று சொல்லிவிட்டு கால்ஐ அட்டன் செய்து பேச துவங்கினாள் தூரிகை....

"ஹலோ..."

"ஹே நிவி! சொல்லு.. என்ன கால் பண்ணிருக்க? நான் டியூசனுக்குத் தான் கிளம்பிட்டு இருக்கேன்."

"ஓ... அப்படியா?"

"சரி.. நா அம்மாகிட்ட கேட்டு சொல்றேன், லைன்லயே இரு." என்று தன் தோழி நிவியிடம் சொல்லிவிட்டு, "அம்மா... இன்னைக்கு டியூசன் முடிச்சிட்டு பெருமாள் கோவிலுக்கு போலாமானு நிவி கேக்குறா?" என்றாள் மல்லிகையிடம். "சரி.. சீக்கிரம் போயிட்டு வீட்டுக்கு வந்துரு. உன் அப்பா வந்தா திட்டுவார்" என்றாள் மல்லிகை. "சரி மா..." என்று மல்லிகையிடம் சொல்லிவிட்டு,

"கோவிலுக்கு போலாம் நிவி. அம்மா ஓகே சொல்லிட்டாங்க!!" என்றாள் தூரிகை, லைன்னில் இருந்த நிவியிடம்.

"ஓகே..டியூசனுக்கு வரேன். அங்க பேசலாம்" என்று சொல்லி இணைப்பை துண்டித்தாள் தூரிகை.

"அம்மா... லேட் ஆகிடுச்சு, நான் கிளம்புறேன்" என்றாள் அவள். "கொஞ்சம் இரு.. வடை சாப்பிட்டு கிளம்பு" என்றாள் மல்லிகை. மொறுமொறுவென இருந்த உளுந்த வடையில் இரண்டை சாப்பிட்டு-விட்டு, இரண்டை தன் தோழி நிவிகாக பாக்ஸில் போட்டு எடுத்துக்-கொண்டு டியூசனுக்கு கிளம்பினாள்.

டியூசன் மொட்டை மாடியின் உள்ளே நுழைந்தாள். அது பத்தாம் வகுப்பு மாணவர்களுக்கான நேரம் என்பதால் வேறு யாரும் வரவில்லை. நிவியின் அருகில் சென்று அமர்ந்து கொண்டு வடையை எடுத்து அவளிடம் கொடுத்தாள். "செம டேஸ்ட்.. எங்க அம்மாவுக்கு இப்படி முறுகலா வடை செய்ய வராது. ஆண்ட்டி சூப்பரா செஞ்சுருக்காங்க" என்றாள் நிவி வடையை கொரித்துக்கொண்டே. "அம்மா உளுந்த வடை நல்லா செய்வாங்க நிவி. ஆமா... என்ன திடீர்னு கோவிலுக்கு போலாம்னு சொன்ன?" என கேட்டாள் தூரி.. "பக்" என ஆனது நிவே-தாவிற்கு. கருவிழியை உருட்டிக்கொண்டே, "சும்மா தான் தூரி. இன்-னைக்கு சனி கிழமை, சோ பெருமாள் கோவிலுக்கு போனா நல்ல-துன்னு சொன்னாங்க.." என்று கூறினாள். "ஓ.. அப்படியா!! சரி சரி.. நாம வாரவாரம் கூட போவோம். கோவிலுக்கு போறது நல்லது தானே" என்றாள் விசயத்தை அறியாத தூரி. "போகலாமே!!!" என்று மழுப்பிக்-கொண்டு சொன்னாள் நிவி. மணி '7' ஆனது... "தூரி.. வா, கிளம்-புவோம் டைம் ஆகிடுச்சு.. அப்புறம் கோவில் நடை சாத்திருவாங்க" என்றாள் நிவி. "ஓகே நிவி கிளம்புவோம்" என்றாள் தூரி.

இருவரும் டியூசனை விட்டு வெளியேறி, பேசிக்கொண்டே நிமலன் சொன்ன பெருமாள் கோவிலை நோக்கி நடந்து கொண்டிருந்-தனர்.............

10

ராம் தனியாக தனது டூ வீலரை ஓட்டிக்கொண்டு தூரிகை மற்றும் நிவே-தாவை நோக்கி வந்து கொண்டிருந்தான். அவர்கள் இருவரின் அருகிலே வந்து சடன் பிரேக் போட்டு வண்டியை நிப்பாட்டிவிட்டு இருவரிடமும், "எங்க போயிட்டு இருக்கீங்க ரெண்டு பேரும்?" என்று கேட்டான். எல்-லாம் தெரிந்த அவன் ஏன் இப்படி கேட்கிறான் என்று ஒன்றும் புரியாமல் திருதிருவென முழித்துக்கொண்டு சொன்னாள் நிவி, "உன்கிட்ட சொன்-னனே டா, ஈவினிங் பெருமாள் கோவிலுக்கு போறேன்னு! அப்புறம் என்ன திடீர்னு வந்து கேக்குற?" என்றாள் ராமை முறைத்துக்கொண்டே. "ம்ம்ம்... ஆமால!! மறந்துட்டேன்! சரி... இந்தா உன் மொபைல், கையில வச்சுக்கோ, எதுனாலும் கூப்பிடு" என்று தூரிகைக்கு தெரியாமல் நிவி-யிடம் சைகையில் ஏதோ சொல்லிவிட்டு அவளது மொபைல் ஃபோனை கையில் கொடுத்தான்.

அவனது சைகைகள் ஒன்றும் புரியாத அவள், "ரொம்ப தாங்க்ஸ் டா! கோவிலுக்கு போயிட்டு போட்டோவாது எடுத்துப்போம் நாங்க ரெண்டு பேரும்... பட், என் மொபைல் எடுத்துட்டு நீ எங்க போயிட்டு இருந்த?" என்று கேட்டாள் நிவி ராமிடம். "அதுவா!!! என்னோட மொபைல் கீழ விழுந்து கொஞ்சம் ப்ராப்லெம் ஆகிடுச்சு, அதான் உன் மொபைல் எடுத்துட்டு வந்தேன். உன்னை பார்த்ததும் சரி பாவம் பிள்-ளைங்க தனியா போகுதுங்களேன்னு உன்கிட்ட கொடுத்துட்டேன்" என்று ஏதேதோ கதை அளந்தான் ராம். ஏதோ விசயம் இருப்பதை அப்பொ-ழுது புரிந்துகொண்ட நிவி, "ஓ.. அப்படியா!!!சரி சரி டா.. நான் ஏதாவ-துனா கால் பண்றேன் உனக்கு" என்று ராமிடம் சொல்லிவிட்டு நடக்கத் துவங்கினர் தூரிகையும் நிவியும்.

சில நொடிகளில் நிவியின் கைபேசி ஒலித்தது. ராம் நம்பரில் இருந்து கால் வந்தது. உடனே அட்டெண்ட் செய்து,

"ஹலோ..." என்றாள் நிவி.

"ஹே, லூசு... சீக்கிரமா டியூசன் முடிச்சிட்டு வர சொன்னா, எப்போ வந்துட்டு இருக்கீங்க ரெண்டு பேரும்??? இப்போவே லேட் ஆகி-டுச்சு.. திரும்ப வீட்டுக்கு எப்போ போவா தூரிகை? அவங்க வீட்டுல திட்ட மாட்டாங்களா? நடக்க சொன்னா தவந்துக்கிட்டு இருக்க? சீக்கிரம் கோவிலுக்கு கூப்பிட்டு போ இம்சை!!" என்று நிவியை ஃபோனில் திட்-டினான் ராம். அருகில் இருந்த தூரிகையிடம் எதையும் காட்டிக்கொள்-ளாமல், "இதோ கோவிலுக்கு பக்கத்துல போயிட்டோம் மா... இன்னும் 2 மினிட்ஸ் தான்.. போயிட்டு வந்துருவோம் மா சீக்கிரம்" என்று தன் அம்மாவிடம் பேசுவது போல் தூரிகையிடம் மழுப்பிக்கொண்டு ராமிடம் பேசி லைனை துண்டித்தாள் நிவி. "என்னாச்சு நிவி?" என்று கேட்டாள் தூரிகை. "ஒன்னும் இல்லை தூரி.. அம்மா தான் பேசினாங்க.. சீக்கி-ரம் கோவிலுக்கு போங்க இல்லைனா நடை சாத்திருவாங்க அப்படின்னு சொல்லுறாங்க" என்றாள் நிவி. "ஓ.. சரி வா வேகமா நடப்போம்" என்-றாள் தூரி. இருவரும் விரைவாக நடந்து கோவிலை சென்றடைந்தனர்.

தூரிகையின் வருகையை அவளுக்கு தெரியாமல் மறைந்து நின்று பார்த்துக்கொண்டே இருந்தான் நிமலன். கோவிலுக்கு வெளியில் விற்ற துளசி மாலையை வாங்கிக்கொண்டு, கோவில் நுழைவாயிலின் முதற்ப்-படியை தொட்டு வணங்கிவிட்டு, படியை தாண்டினாள் தூரிகை. தள தளவென தக்காளிப் பழத்தின் நிறத்தில் சிம்பிளான டிசைனில் கணுக்-காலுக்கு சற்று மேலே வரை இருக்கும் அனார்கலி சுரிதார் அணிந்து, அனார்கலியின் முடிவில் கணுக்காலை தழுவியபடி அவளது கால்க-ளுக்கு பொருத்தமான அதே சிவப்பு நிறத்தில் காதரிங் பாண்ட் அணிந்து, அதன் கீழே பார்டர் போல் கோல்டு பிலேட்டட் கொலுசு அணிந்து, கழுத்தை ஒட்டியவாரு மின்னும் கண்ணாடி துகள்களை கொண்டு செய்-யப்பட்ட மல்டிகலர் துப்பட்டா ஒன்றை அணிந்து, கைகளுக்கு மேட்சிங் வளையல்கள் அணிந்து, காதுகளில் ஜிமிக்கி தோடுகளை அணிந்து, இரு புருவமும் சந்திக்கும் இடத்தில் வட்டமாக சிவப்பு சாந்து பொட்டு வரைந்து, தலை முடியில் சென்டர் கிளட்ச் ஒன்று மட்டும் மாட்டி, முடியை விரித்துவிட்டு நடந்து வந்த அந்த அழகினை பார்த்து ரசித்த அவனுக்கு அவளின் ஒவ்வொரு அசைவிலும் அவள் தேவதையாய்

தெரிந்தாள்.

அவளை பார்க்கும் ஒவ்வொரு கணமும் கால்கள் தரையில் நிற்ப-தில்லை அவனுக்கு. அப்படி அவளின் அழகில் மூழ்கிக்கொண்டிருந்த-வனை..... "டேய், உடனே ட்ரீம்க்கு போய்டுவியே! வந்த வேலைய பாரு டா. தூரிகை கோவிலுக்கு உள்ள போயிட்டாங்க பாரு" என்று சொல்லி சொர்ப்பனத்தில் இருந்த நிமலனை உலுக்கினான் ராம். அவளை ரசித்-துக்கொண்டிருந்த அவனுக்கு, தான் வந்த வேலையும் மறந்து போயிற்று. "எப்போ உள்ள போனாங்க?? சரி வா டா நாமளும் உள்ள போலாம்" என்றான் நிமலன் ராமிடம். "போலாம்னா? என்னை எங்க டா கூப்பிடுற? நீயே தனியா போ.. என்னை அந்த பொண்ணுகிட்ட மாட்டி விட்டுறாத" என்றான் ராம். "டேய்.. கூட வா டா ஒரு சப்போர்ட்க்கு" என்று சொல்லி ராமை கோவிலுக்குள் இழுத்துச் சென்றான் நிமலன்.

நிவியும் தூரிகையும் கோவிலில் இருந்த ஒவ்வொரு கடவுளையும் தரிசித்துவிட்டு, கோவிலைச் சுற்றி வர துவங்கினர். கோவிலின் ஒரு புறம் இருந்த துளசி மாடத்தை கண்களை மூடிக்கொண்டு மூன்று முறை சுற்றி வந்தாள் தூரிகை. மூன்றாம் முறை அவள் சுற்றி முடித்து கண்-களை திறக்கும் பொழுது நிமலன் அவளின் எதிரில் நின்றிருந்தான். நிமலனைப் பார்த்த நிமிடத்தில் பட படவென இதையம் துடித்தது தூரி-கைக்கு. அவள் நிவியையும், ராமையும் கேள்விக்குறியுடன் பார்த்தாள். இருவரும் அமைதியாக நின்றனர். தூரிகையின் கண்களை பார்க்கும் பொழுதுதெல்லாம் நிமலனுக்கு வியர்த்துக்கொட்டியது. சில நொடிகள் மௌனம் நிலைத்தது அவ்விடத்தில்.

"அண்ணா... என்ன ஆச்சு?" என்று கேட்டாள் தூரிகை ராமை நோக்கி. "இல்ல மா.. அது வந்து..." என்று பிதற்றினான் ராம். "டேய்.. சொல்லித்தொல டா. என்னான்னு கேக்குறாங்கள்ல!" என்றான் ராம் நிமலனிடம். தயக்கத்துடன் அவளைப் பார்த்தான் நிமலன். "சொல்லு டா சீக்கிரம்! டைம் போயிட்டு இருக்கு" என்றான் ராம். வாயடைத்து போன-வனாய் பதற்றத்துடன் அவ்விடத்தை விட்டு நகர்ந்தான் நிமலன். ஒன்-றும் புரியாமல் ராம் அவனை பின் தொடர்ந்தான். "நிவி... என்ன நடக்-குது இங்க?" என்று நிவியிடம் கேட்டாள் தூரிகை. "எனக்கும் அதான் ஒன்னும் புரியலை தூரி" என்று எதுவும் தெரியாதவளாய் பதிலளித்தாள் நிவி. "சரி.. வா, நாம வீட்டுக்கு கிளம்புவோம்" என்று சொல்லி நிவியு-டன் கோவிலை விட்டு வெளியேறினாள் தூரிகை.

கோவிலை விட்டு வெளியே வந்த சில நொடிகளில் நிவியின் கைபேசி ஒலித்தது.

"ஹலோ.." என்றாள் நிவி.

"ஃபோனை தூரிகையிடம் கொடு" என்றான் ராம் நிவியிடம்.

"சரி.." என்று சொல்லி தூரிகையிடம் போனை நீட்டினாள் நிவி, "தூரி அண்ணா உன்கிட்ட ஏதோ பேசனுமாம்" என்றாள். தயக்கத்துடன் ஃபோனை காதில் வைத்தாள்.

"ஹலோ.. நான் தூரிகை.." என்றாள் அவள்.

"ஹலோ... நான் நிமலன்... ஃபோனை வச்சுறாதீங்க! உங்ககிட்ட கொஞ்சம் பேசனும்" என்றான் நிமலன் தூரிகையிடம்.

அவள் அமைதியாக இருந்தாள்.

"நான் உங்கள..." (சில நொடிகள் மௌனம் நீடித்தது)

(நிமலனுக்கு மேலேயும் கீழேயும் மூச்சு வாங்கும் சத்தம் மட்டுமே அவளுக்கு கேட்டது)

"நான் உங்கள..." என்றான் மறுமுறையும்.

அவள் அமைதியாக ஃபோனை காதில் வைத்தபடி நிவியைப் பார்த்-தாள் பதற்றத்துடன்.

என்ன நடக்கின்றது என்பது புரியாமல் நிவியும் முழித்தாள். இரு-வரும் கோவிலின் அருகே சாலை ஓரத்தில் நின்று கொண்டிருந்தனர். தூரிகை ஃபோனை காதில் வைத்து நிமலனின் குரலுக்காக காத்திருந்த பொழுது, அவளுக்கு மிக அருகில் அவளின் பின்புறத்திலிருந்து ஒரு ஆணின் குரல் கேட்டது,

"தூரிகை!!! யாரு கூட பேசிட்டு இருக்க?".......

11

காதில் வைத்திருந்த மொபைல் ஃபோனினை சடாரென இறக்கிவிட்டு திரும்பியவளின் எதிரில் அவளின் தந்தை நின்றிருந்தார். ஒரு நிமிடம் இதயத்துடிப்பே நின்றுவிட்டது போல் ஆனது தூரிகைக்கு. எதிர்பாராத நேரத்தில் தந்தையை பார்த்த நடுக்கத்தில் பேச வாய் வரவில்லை அவளுக்கு. நிவியும் சற்று அதிர்ந்து போனாள். "தூரிகை, என்ன மா? இங்க என்ன பண்ணிட்டு இருக்கீங்க ரெண்டு பேரும்?" என்று கேட்டார் தூரிகையின் தந்தை ராஜன். "இல்ல பா... அது வந்து..." என்று வார்த்தைகளை மென்று முழுங்கினாள் தூரி. "யார் கூட பேசிட்டு இருந்த? டியூசன் போகலையா நீ இன்னைக்கு?" என்று அடுத்தடுத்து கேள்விகளைக் கேட்ட அவளது தந்தைக்கு பதிலளிக்க முடியாமல் திணறிப்போனாள் தூரி.

"இல்ல அங்கிள்.... இன்னைக்கு டியூசன் முடிச்சிட்டு பெருமாள் கோவிலுக்கு போயிட்டு வரலாம்ன்னு வந்தோம் அங்கிள்.. தூரி, ஆண்ட்டி கிட்ட கூட சொல்லிட்டு தான் வந்தா.." என்றாள் நிவி. "ஆமா பா.. அம்மா கிட்ட சொல்லிட்டு தான் வந்தேன்" என்றாள் தூரி நடுக்கத்துடன். "சரி மா.. யார் கூட பேசிட்டு இருந்த ஃபோன்ல?" என்று தூரியிடம் கேட்டார் ராஜன். "என்னோட அம்மா தான் அங்கிள்... தூரிய வீட்டுக்கு வந்துட்டு வர சொல்லி கூப்பிட்டாங்க. அவங்க கிட்ட தான் பேசிட்டு இருந்தா தூரி" என்று சமாளித்தாள் நிவி. மௌனமாய் நிவியைப் பார்த்தாள் தூரிகை. "ஓ.. சரி சரி மா நிவி.. இன்னைக்கு லேட் ஆகிடுச்சு, இன்னொரு நாள் உங்க வீட்டுக்கு அனுப்பி வைக்கிறேன். இப்போ நான் தூரிய வீட்டுக்கு கூப்பிட்டு கிளம்புறேன் மா" என்றார் ராஜன் நிவியிடம்.

"அப்படியா.. ஓகே அங்கிள்" என்றாள் நிவி. "சரி மா தூரி.. வா வீட்டுக்கு போகலாம். நிவி நீயும் வா மா.. போற வழியிலே தான உங்க வீடு? நான் என் பைக்ல போய் உன்னை ட்ராப் பண்ணிடுறேன்!" என்றார் ராஜன். "இல்ல அங்கிள், பரவாயில்ல... நான் நடந்தே போயிடுவேன்" என்றாள் நிவி. "அப்போ சரி மா, நாங்க கிளம்புறோம்" என்று சொல்லிவிட்டு தூரிகையை டூ வீலரின் பின்புற சீட்டில் அமரச்சொல்லி தன் பைக்கை ஸ்டார்ட் செய்து கிளம்பினார் ராஜன். தூரிகையும் நிவியிடம் போன் செய்வதாக சைகையில் கூறிவிட்டு தன் தந்தையுடன் வண்டியில் சென்றாள்.

அவர்கள் பேசிக்கொண்டதை அதுவரை லைனிலேயே கேட்டுக்கொண்டிருந்த நிமலன் விசயம் அறிந்து கால் இணைப்பை துண்டித்தான். அவன் துண்டித்தவுடன் மொபைல் ஃபோனில் எரிந்த வெளிச்சம் அவளின் முகத்தில் பட, ஃபோன் தன் கையில் இருப்பதை அப்பொழுது தான் உணர்ந்தாள் தூரி. 'பகிர்' என ஆனது அவளுக்கு. ஃபோனை நிவியிடம் கொடுக்காமல் தானே எடுத்து வந்துவிட்டதை நிவியிடம் சொல்ல நினைத்தாள். ஆனால் தன் தந்தைக்கு தெரிந்தால் கோபப்படுவார் என பயந்து ஃபோனை தன் பென்சில் பௌச்சில் போட்டுவிட்டு வீட்டிற்கு சென்று பேசலாம் என நினைத்தாள் தூரி.

"டேய்... என்னடா ஆச்சு? உன்னைய வச்சுக்கிட்டு ஒரு ஆணிய கூட கழட்ட முடியாது போல! நீயெல்லாம் லவ் பண்ண லாயிக்கே இல்ல" என்றான் ராம் நிமலனிடம். "இல்லடா.. சொல்லலாம்னு நினைச்சப்போ தான் என் மாமனார் நடுவுல வந்து சொதப்பிட்டாரே எல்லாத்தையும்!! நான் என்ன பண்றது?" என்றான் நிமலன். "தம்பி.. இன்னும் நீ ப்ரொபோஸே பண்ணல.. அதுக்குள்ள உன் மாமனார் ஆகிட்டாரா தூரியோட அப்பா? இப்போ நல்லா பேசு... ஆனா அங்க கோட்ட விட்டுரு!!" என்றான் ராம். இருவரும் பேசிக்கொண்டிருக்கும் பொழுதே நிவி அங்கு விரைந்து வந்தாள்.

"ராம், என்ன நடந்துச்சுன்னு தெரியுமா இப்போ??" என்று பதற்றத்துடன் கூறினாள் நிவி. "என்ன? எதுக்கு இப்போ பதற்ற?? நிமலன் பேசிட்டு இருக்கப்போ தூரிகையோட அப்பா வந்து அவளை கூப்பிட்டு போயிட்டாரு. அதை தான சொல்ல வந்த?" என்றான் ராம் நிவியிடம். "ஆமா டா... உனக்கு எப்படி தெரியும்?" என்றாள் நிவி ஆச்சரியத்துடன். "எல்லாம் நாங்க ஃபோனிலையே கேட்டாச்சு.. இப்போ வந்து

அறிவாளி தனமா சொல்லுறேனு பல்ப் வாங்கிட்ட நீ தான்.." என்று சொல்லி நக்கலாக சிரித்தான் ராம். "போடா.. உன்கிட்ட போய் சொன்னேன் பாரு" என்று சொல்லிவிட்டு, தன் மொபைலை தூரிகை எடுத்து சென்றுவிட்டதை அறிந்த அவள், "டேய்.. என் ஃபோன தூரி அவசரத்துல மறந்துட்டு எடுத்துட்டு போயிட்டா அவகூடவே" என்றாள் நிவி.

"ஹே... நிஜமாவா??? அப்போ நான் திருப்பி கால் பண்ணி பேசிறவா தூரிகிட்ட??" என்று குசியாக கேட்டான் நிமலன். "கால் பண்ணி??? ஏன் டா??? அந்த பொண்ண அதோட அவங்க வீட்டுல டியூசன் பக்கமே அனுப்பாம இருக்கவா?" என்றான் ராம் நிமலனிடம். "என் ஃபோன மட்டும் வாங்கி கொடுங்கப்பா ப்ளீஸ்.." என்றாள் நிவி. "உனக்கு உன் பிரச்சனை!!... அவங்க வீட்டுக்கு போயா ஃபோன வாங்க முடியும்? அந்த பொண்ணே பாவம் என்ன பண்ணுதோ? அது ஃபோன் வச்சுருக்கறது அவங்க வீட்டுக்கு தெரியுமோ இல்லையோ? நாமலே போய் மாட்டி விடுறதா?" என்றான் ராம் நிவியிடம். "ம்ம்ம்.. அதுவும் கரெக்ட்டு தான்" என்று நிவி சொல்லி முடிப்பதற்க்குள் தூரிகை எடுத்து சென்ற நிவியின் மொபைல் ஃபோன் நம்பரில் இருந்து ராம் நம்பருக்கு கால் வந்தது. "தூரிகை தான் கால் பண்றான்னு நினைக்கிறன்.. இந்தா.. நீ பேசி என்னனு கேளு" என்று சொல்லி ஃபோனை நிவியிடம் கொடுத்தான் ராம்.

"ஹலோ தூரி.. நான் நிவி பேசுறேன்" என்றாள் நிவேதா.

"ஹலோ நிவி.. சாரி.. நான் மறந்துட்டு உன் ஃபோனை எடுத்துட்டு வந்துட்டேன். வீட்டுல தெரியாது. இப்போவே பாத்ரூம் உள்ள இருந்து தான் பேசுறேன். நாளைக்கு மார்னிங் ஸ்டாப்ல பார்க்குறப்போ உன் ஃபோனை கொடுத்துடறேன். ஓகே???" என்று சொல்லி தான் சொல்ல நினைத்ததை அவசர அவசரமாக சொல்லி முடித்தாள் தூரி. "ஏய்.. நாளைக்கு சண்டே... எந்த ஸ்டாப்ல வந்து கொடுப்ப லூசு!!! டியூசனும் நாளைக்கு லீவ் தானே! நீயே வச்சிரு பார்த்துப்போம்.." என்றாள் நிவி. "சரி ஓகே.. நாளைக்கு முடிஞ்சா தரேன். இல்லனா மன்டே தரேன்... ஓகே???" என்றாள் தூரி. "சரி ஓகே தூரி.." என்றாள் நிவி. "ஓகே நிவி.. ஃபோனை வச்சுடுறேன்" என்று சொல்லி இணைப்பை துண்டித்தாள் தூரி.

"அவ வீட்டுக்கு போயிட்டா.. வீட்டுக்கு தெரியாம தான் ஃபோன் வச்சுருக்கா போல. நாளைக்கு கொடுக்குறேன் இல்ல மன்டே மார்னிங்

ஸ்டாப்ல பார்க்குறப்போ ஃபோன கொடுக்குறேனு சொன்னா" என்று தூரிகை ஃபோனில் பேசியதை ராம் மற்றும் நிமலனிடம் கூறினாள் நிவி. "ஓ.. அப்படியா.. வீட்டுல ப்ராப்லெம் இல்லேல? அதுவே நமக்கு போதும்.." என்று சொல்லிவிட்டு "நீ வேணும்னா மெசேஜ் அனுப்பி பாருடா.. பேச தான கூச்சப்படுற, மெசேஜ்லயாவது உன் லவ்அ சொல்லி தொல! இது ஒரு நல்ல சான்ஸ் உனக்கு" என்றான் ராம் நிமலனிடம். "ஆமா அண்ணா.. நாளைக்கும் டைம் இருக்கு உங்களுக்கு. போன் தூரி கிட்ட தான் இருக்கும். அது என் நம்பர் தான, ஸோ, ஒன்னும் ப்ராப்லெம் இருக்காது.. என் நம்பர ராம் கிட்ட வாங்கி இன்னைக்கு மெசேஜ் அனுப்பி பாருங்க அண்ணா" என்றாள் நிவி நிமலனிடம். "சரி.. நீ எனக்கு நம்பர் அனுப்புடா.. நான் மெசேஜ் அனுப்பி பார்க்குறேன்.." என்று சொல்லிவிட்டு ராம் மற்றும் நிவியிடம் 'பாய்' சொல்லிவிட்டு அவனது வீட்டிற்கு சென்றான் நிமலன். ராமும் நிவியும் அவர்களது வீட்டிற்க்கு சென்றனர்.

நிவியுடன் பேசிய பிறகு தன் படுக்கை அறையில் உள்ள ஸ்டடி டேபிளின் கீழ் இருக்கும் ட்ராவில் நிவியின் செல்போனை சைலன்ட் மோடில் போட்டு வைத்துவிட்டு, இரவு உணவு உண்பதற்காக சென்றாள் தூரி. இன்றைக்கு எப்படியாவது தனது காதலை தூரிகையிடம் தெரிவு-படுத்திவிட வேண்டும் என்ற நோக்கத்துடன், அவனது செல்ஃபோனில் ராம் அனுப்பி வைத்திருந்த நம்பரை பதிந்தான். பின்பு விறுவிறுவென தான் சொல்ல நினைப்பதை ஒரு குட்டி மெசேஜாக டைப் செய்தான். சென்ட் பட்டனை அழுத்துவதா வேண்டாமா என்ற யோசனையில் ஒரு வழியாக மெசேஜை அனுப்பிவிட்டு, தூரிகை தனது மெசேஜை பார்த்து பதிலளிப்பாளா இல்லையா என்ற சிந்தனையில் அன்றைய உறக்-கத்தை தொலைத்தான் நிமலன். தன் இரவு உணவை முடித்துவிட்டு, படுக்கைக்கு செல்வதற்கு முன், தன் தோழி நிவியிடமிருந்து எதுவும் செய்தி வந்துள்ளதா என்று தெரிந்துகொள்ள, ட்ராவை திறந்து நிவியின் மொபைலை எடுத்தாள் தூரி.

"1 message received"என காண்பித்தது.

அது தன் தோழியின் மெசேஜாக இருக்குமோ என்ற சிந்தனையில் நோட்டிஃபிகேஷனை டச் செய்தாள், அந்த மெசேஜ் இவ்வாறாக இருந்-தது....,

"In my dreams you are

MINE.....
but,
In my Life you are
still a *Dream!!!!'*
by
Nimalan............

12

நிமலனின் மெசேஜை பார்த்தவுடன் வியர்த்துக்கொட்டியது தூரிகைக்கு. எது நடந்து விடக்கூடாது என்று நினைத்தாளோ அது அன்றைக்கு நடந்து விட்டது. என்ன செய்வதென்று முழித்துக் கொண்டிருந்த அவளின் கவலையை மேலும் தூண்டிவிடுமாறு வந்தது நிமலனின் அடுத்த மெசேஜ்.

"Thoorigai, Can I call u now?... Please reply me...."

என்று வந்திருந்தது அந்த மெசேஜ். எங்கே கால் செய்து விடுவானோ என்ற பயத்தில் ஃபோனை சுவிட்ச் ஆப் செய்து ட்ராவில் அடைத்துவிட்டு தூங்கச் சென்றாள் அவள். அன்று இரவு உறக்கம் வராமல் தவித்தாள். நிமலனின் அந்த மெசேஜ்கள் மட்டுமே அவளின் மனதை உறுத்திக்கொண்டு தூங்கவிடாமல் செய்தது. எண்ணங்கள் அலை பாய்ந்தது அவளின் மனதில்.

"அவன் எதற்காக இப்படி மெசேஜ் அனுப்பினான்? ஏன் அனுப்பினான்? அவனுக்கு என்னை பற்றி என்ன தெரியும்? ஏன் என்னுடன் பேச நினைக்கிறான்? என்னை அப்படி எத்தனை நாளாக அவனுக்கு தெரியும்? அதற்குள் எப்படி என் மீது பிரியம் கொண்டான்? எப்பொழுது இருந்து அவனுக்கு இப்படி ஒரு எண்ணம் தோன்றியிருக்கும்?" என்று பலவாறாக யோசனை செய்தாள் அவள்.

"நான் டியூசன் சென்றது தான் தவறா? நான் டியூசன் சென்ற பின் தான் அவனுக்கு இப்படி ஒரு எண்ணம் வந்திருக்குமோ? நான் அவனை நிமிர்ந்து கூட பார்த்தது இல்லையே! அவனிடம் ஒரு வார்த்தை கூட பேசியது இல்லையே! பின் எப்படி அவனுக்கு என் மீது அந்த எண்ணம் தோன்றியிருக்கும்? நான் அவ்வளவு அழகாக கூட இல்லையே! என் நிறமும் ஈர்க்கக்கூடியது இல்லையே! ஏதோ சற்று லக்ஷணமாக இருக்கி-

றேன்! ஆனால் இதுவா அவனை ஈர்த்திருக்கும்? எப்படி யோசித்தாலும் தவறு தவறு தானே!" என்று தனக்குள்ளேயே புலம்பித் தவித்தாள்.

அவள் வயது வருவதற்க்கு முன், வெளியே செல்லும் இடங்களில், யாரோ ஒரு ஆண் யாரோ ஒரு பெண்ணிடம் பொது இடங்களில் நின்று சிரித்து பேசுவதை கூட சகிக்க முடியாதிருந்த அவளுக்கு தன் வாழ்க்கையில் தற்பொழுது நடக்கும் திருப்பங்கள் புதுமையானதாகவும், சகித்துக்கொள்ள முடியாததாகவும் இருந்தது. கொட்ட கொட்ட கண் விழித்து சிந்தித்துக் கொண்டிருந்தவளின் காதுகளில் கோழி கூவும் சத்-தமே கேட்டு விட்டது. எழுந்து வாசல் பெறுக்கி, பாத்திரங்களை கழுவி வைத்திருந்தாள் அவள்.

"என்ன அதிசயம்!! இவ்வளவு சீக்கிரம் முழிச்சுட்டியே! வீட்டு வேலை எல்லாம் கூட செய்து முடிச்சிட்டியே தூரி! சபாஷ்!!!! தினமும் இப்படி செய்தால் நல்லா தான் இருக்கும்" என்று தன் சோம்பலான மகளை ஊக்கப்படுத்தினாள் மல்லிகை. தூரிகை ஒன்றும் கூறாமல் குளிக்கச் சென்றாள். "என்ன ஆச்சு இவளுக்கு? நேத்து நல்லா தான இருந்தா? இப்போ ஏன் பேய் அறஞ்ச மாதிரி இருக்கா?" என்று தூரி-கையை பார்த்து புலம்பிக்கொண்டு தன் அன்றாட வேலைகளை பார்க்க துவங்கினாள் மல்லிகை.

தூரிகை குளித்து முடித்து பூஜை அறைக்குச் சென்று, தன் இஷ்ட தெய்வங்கள் அனைவரையும் தன் மனதிற்குள் அழைத்து, "கடவுளே! நிமலன் மனச நீங்க தான் மாத்தனும். உங்களுக்கு தெரியும்ல, எங்க வீட்டுல இதெல்லாம் தெரிஞ்சா அவ்ளோ தான்.. நீ தான் காப்பாத்தனும் இறைவா!!!" என்று வேண்டிக்கொண்டாள் அவள். கடவுளை வணங்-கிவிட்டு, தன் வீட்டின் வெளியில் சுடும் வெயிலில் நின்று கேசத்தை உலர்த்தினாள். அப்பொழுது மல்லிகையின் கைபேசி ஒலிக்கும் சத்தம் கேட்டது. அது தன் தோழி நிவியின் காலாக இருக்குமோ என்று நினைத்து, விரித்துக்கிடந்த தலை முடியோடு குடு குடுவென வீட்டின் உள்ளே ஓடி வந்து மல்லிகையின் கைபேசியை அவள் எடுக்கும் முன், மல்லிகையே வந்து எடுத்துவிட்டாள். "ஏய்.. நீ ஏன் இப்படி ஓடி வந்து எடுக்குற? நான் இங்க தான இருக்கேன்! நான் எடுக்க மாட்டேனா?" என்றாள் மல்லிகை தூரிகையிடம். "இல்ல மா.. நிவி கால் பண்றா-ளோன்னு நினைச்சேன்" என்றாள் தூரி. "நிவி எதுக்கு காலங்காத்தால கால் பண்ண போறா? ஒரு நாள் லீவு விட்டாலும் பேசாம இருக்க முடி-

யாதோ உன் ப்ரெண்ட் கிட்ட? போ... போய் டிபன் சாப்பிடு.." என்றாள் மல்லிகை. "சரி மா.." என்று சொல்லிவிட்டு தன் அறைக்குச் சென்றாள் அவள்.

"ட்ராவின் உள்ளே இருக்கும் நிவியின் ஃபோனை எப்படி அவளிடம் கொடுப்பது? நிமலனிடமிருந்து வேறு எதுவும் மெசேஜஸ் வந்திருக்குமா? சுவிட்ச் ஆன் செய்த உடனே அவனிடமிருந்து கால் வந்துட்டா என்ன செய்வது?" என தனக்குள்ளேயே ஆயிரம் கேள்விகளை கேட்டுக் கொண்டு பயந்தாள். "ஃபோனை ஆன் பன்னினா தான நிவி கிட்ட இருந்து எதுவும் மெசேஜ் வந்துருக்குமான்னு தெரியும்! அவகிட்ட பேசி ஃபோனை அவகிட்ட கொடுக்கவும் முடியும்" என்று அவளுக்குள்ளேயே பேசிக்கொண்டு ஒரு முடிவுக்கு வந்தாள். மட மடவென சாப்பிட்டு விட்டு, ட்ராவை திறந்து ஃபோனை எடுத்து அவள் அணிந்திருந்த லாங் ஸ்கர்ட்டின் மேல் நுனியில், தன் இடுப்பில் சொறுகி விட்டு தன் தோழி வேல்விழியின் வீட்டிற்கு கிளம்பினாள்.

"அம்மா, நான் வேல்விழி வீட்டுக்கு போயிட்டு வரேன்" என்றாள் மல்லிகையிடம். "இப்போ எதுக்கு அங்க போற? படிக்க எதுவும் இல்லையா?" என்று கேட்டாள் மல்லிகை. "என்னம்மா உனக்கு பிரச்சனை? போன எடுக்க வந்தா காலங்காத்தால ப்ரெண்ட் கிட்ட எதுக்கு பேசுறன்ற? சரி.., பக்கத்து வீட்டு வேல்விழிய போய் பார்த்துட்டு வரலாம்னு கிளம்பினா, படிக்க எதுவும் இல்லையானு கேக்குற? வாரம் எல்லாம் படிச்சுட்டு தான இருக்கேன்.. லீவ் அன்னைக்கு கூட வீட்டுலேயே தான் இருக்கனுமா?" என்று சலித்துக்கொண்டு கூறினாள் தூரி. "ரொம்ப பேசாத.. போயிட்டு சீக்கிரம் வந்து படிக்க பாரு" என்றாள் மல்லிகை. "படிப்போம்.. படிப்போம்.. சரி நான் கிளம்புறேன்" என்று சொல்லிவிட்டு தன் தோழியின் வீட்டைச் சென்றடைந்தாள்.

"வேல்விழி... எங்கடி இருக்க?" என்று தன் தோழியின் வீட்டு வாசலில் நின்று கூவிக் கொண்டிருந்தாள் தூரி. "என்னடி அதிசயமா இந்த பக்கம் வந்துருக்க?" என்றாள் வீட்டினுள் இருந்து வந்த வேல்விழி. "ஏன்? நான் வந்ததே இல்லையா?" என்றாள் தூரி. "டியூசன் போனதுல இருந்து நீ உன் புது ப்ரெண்ட்ஸ் கூட தான பா பேசுற! என்ன எங்க கண்டுக்குற? அதான் அப்படி கேட்டேன்" என்றாள் வேல்விழி. "போடி லூசு... உன்ன மாதிரி நிவியும் எனக்கு ப்ரெண்ட் தான். அதுக்குன்னு உன்கிட்ட எப்போவாது பேசாம இருந்துருக்கேனா? டெய்லி ஸ்கூல்

முடிச்சிட்டு டியூசன் போயிட்டு வரவே நேரம் சரியா இருக்குடி.. அதான் வர முடியல. சாரி.." என்றாள் தூரி. "சரி சரி.. கதை அளக்காம வா உள்ள" என்று சொல்லி தூரிகையை தன் அறைக்கு அழைத்துச் சென்றாள் வேல்விழி.

"எதுவும் சாப்பிடுறியா? ஸ்னாக்ஸ் எடுத்துட்டு வரேன் டி இரு" என்றாள் வேல்விழி. "அதெல்லாம் ஒன்னும் வேண்டாம். நீ இங்க வந்து உட்காரு டி.. உன்கிட்ட கொஞ்சம் பேசனும்" என்று கூறி வேல்விழியை இழுத்து அமர வைத்தாள் தூரி. "என்ன விசயம் டி? சொல்லு..." என்றாள் வேல்விழி. "இல்லடி டியூசன்ல ஒரு பையன் என்ன லவ் பண்றான்னு நினைக்கிறன். அன்னைக்கு ஒரு நாள் டியூசன் முடிச்சிட்டு வரப்போ நின்னுட்டு இருந்தாங்களே ரெண்டு பேரு... என் பக்கத்துல நின்னுட்டு இருந்தானே ஒரு பையன்.. நீ கூட அப்போ வந்தியே.. ஞாபகம் இருக்கா? அந்த பையன் தான்" என்றாள் தூரி. "அன்னைக்கே நினைச்சேன்.. இது இப்படி தான் வந்து நிக்குமுன்னு" என்றாள் வேல்விழி.

"அது மட்டும் இல்லடி..." என்று ஆரம்பித்து முதல் நாள் இரவு நிமலன் அனுப்பிய குறுஞ்செய்தி வரை நடந்த அனைத்தையும் ஒப்பித்து முடித்தாள் தூரி. அனைத்தையும் அமைதியாக கேட்டுவிட்டு கூறினாள் வேல்விழி "இவ்ளோ நடந்துருக்கு நீ ஒன்னுகூட சொல்லவே இல்ல என்கிட்ட!" என்றாள். "அதான் இப்போ சொல்லிட்டேனே டி எல்லாத்தையும்.. என்ன பண்றதுன்னு சொல்லு ப்ளீஸ்.." என்றாள் தூரி. "யோசிக்கலாம் இரு... பர்ஸ்ட் அந்த மொபைலை எடுத்து ஆன் பண்ணு" என்றாள் வேல்விழி. அவள் சொன்னபடியே மொபைலை ஆன் செய்தாள் தூரி. ஆன் செய்தவுடன் சர சரவென மெசேஜ்களும் மிஸ்ட் கால்களும் வந்து குமியுமென்று நினைத்த அவளுக்கு அது ஏமாற்றமே.. அவள் எதிர்பார்த்த யாரிடம் இருந்தும் எந்த ஒரு செய்தியும் வந்திருக்கவில்லை.

"எங்க.. ஃபோனை கொடு.. நான் பார்க்கிறேன்" என்று சொல்லி தூரியிடமிருந்து ஃபோனை வாங்கி நிமலனின் மெசேஜை படித்தாள் வேல்விழி. "அடடடடா!!! கவிதை... கவிதை... எப்படி அனுப்பியிருக்கான் பாரு அந்த பையன்!!" என்று சொல்லி தூரிகையை வெறுப்பேற்றினாள் வேல்விழி. "என்னடி! கொளுப்பா? இதெல்லாம் எங்க அண்ணனுக்கு தெரிஞ்சா என்ன ஆகும்னு தெரியும்ல உனக்கு?" என்றாள்

தூரி. "தெரியும் டி.. நல்லாவே தெரியும் உங்க அண்ணாவை பற்றி.. இப்போ அதுக்கு என்ன பன்ன சொல்லுற?" என்றாள் வேல்விழி. "என்ன சாதாரணமா சொல்லுற? நான் கண்டிப்பா லவ் பண்ண மாட்டேன்" என்றாள் தூரி. "இப்போ யாரு உன்னை லவ் பண்ண சொன்னது? நான் சொன்னேனா? இல்ல அந்த பையன் சொன்னானா? நீயா பேசிட்டு இருக்க?" என்றாள் வேல்விழி கிண்டலாக. "வேல்.. ப்ளீஸ் டி.. விளையாடாத... நான் சீரியஸா பேசுறேன்" என்றாள் தூரி. "சரி டி.. புரியுது. உன் வீட்டுல ப்ராப்லெம் வர கூடாதுனு தான அந்த பையன் உன்னோட பதில் வராம, அடுத்து ஒரு மெசேஜ், கால் கூட பன்னாம இருக்கான். இதுலயே தெரியல அவன் உன்ன எவளோ லவ் பன்னுறான்னு?" என்றாள் வேல்விழி.

அமைதியாக இருந்தாள் தூரி.

"நான் உன்னை லவ் பண்ண சொல்லலை டி. நீ இப்படி பயந்து சாக வேண்டாம்னு சொல்லுறேன். அதான் அந்த பையன் உன்னை புரிஞ்சுக்கிட்டு அடுத்து ரியாக்ட் பண்ணாம இருக்கான்ல. ஸோ, உனக்கு அவனை பிடிக்கலைன்னு நீ சொன்னாலும் அவன் புரிஞ்சுப்பான். கண்டிப்பா தொல்லை பண்ண மாட்டான்னு தோனுது" என்றாள் வேல்விழி.

அமைதியாக சிந்தித்தாள் தூரி.

'I Love You' னு அந்த பையன் இன்னும் சொல்லலைல? அப்புறம் என்ன? கவலைய விடு. இது ஜஸ்ட் மெசேஜ் தான! இன்னும் எதுவும் கன்பார்ம் ஆகல. ஸோ, நீ தேவை இல்லாம யோசிச்சு மனச குழப்பிக்காத.. என்ன? புரியுதா?" என்றாள் வேல்விழி. "ம்ம்ம்... நீ சொல்லுறதும் கரெக்ட் தான் டி" என்றாள் தூரி. "உனக்கு நிஜமாவே அந்த பையனை பிடிக்கலைனா, இனிமேல் நேத்தைக்கு நடந்த மாதிரி சிட்சுவேஷன அவாய்ட் பண்ண ட்ரை பண்ணு.. அதுலயே புரிஞ்சுப்பாங்கனு நம்புவோம்" என்றாள் வேல்விழி. "ஓகே" என்றாள் தூரி. "இப்போ உன் டியூசன் டைமிங் கூட 10த்க்கும் 12க்கும் வேற வேற தான்னு சொன்னியே.. அதனால ஒரு பிரச்னையும் வராது இனிமேல். பயப்படாத.." என்றாள் வேல்விழி. "ம்ம்ம்.. கரெக்ட்.. தாங்க்ஸ் டி.. ரொம்ப பயந்துட்டு இருந்தேன். நீ பேசின அப்புறம் தான் ரிலாக்ஸ்டா இருக்கு. "ஏய்.. இது எல்லாம் ஒரு சப்ப மேட்டரு.. இதுக்கெல்லாம் தாங்க்ஸ் சொல்லாத" என்றாள் வேல்விழி சிரித்துக்கொண்டே. "சரி சரி.." என்று வேல்விழியிடம் சொல்லிவிட்டு மொபைலை எடுத்து தன் தோழி

நிவிக்கு ஃபோன் செய்ய நினைத்தாள். போன் ஸ்க்ரீனை ஆன் செய்து பார்த்தாள்,

"1 message received"

என காண்பித்தது.......

13

"ரொம்ப யோசிக்காத டி மெசேஜ் ஓபன் பண்ணு, யாருனு பார்ப்போம்" என்றாள் வேல்விழி. சற்று தயக்கத்துடன் மெசேஜை ஓபன் செய்தாள் தூரி.

"ENJOY TRULY unlimited local,

STD, and Roaming calls on any network,

& 100 SMS FREE per day... Recharge now to activate..."

என்று இருந்தது.

"ஏர்டெல் காரன் மெசேஜ் அனுப்பி இருக்கான் டி.. நான் கூட பயந்துட்டேன்!" என்றாள் தூரி.

"நீ பயந்துட்டே இரு... பர்ஸ்ட் நிவிக்கு கால் பண்ணி பேசி ஃபோனை அவகிட்ட கொடுக்க பாரு. அப்போதான் நீ நார்மலாவ" என்றாள் வேல். "ஓகே... நான் பேசுறேன் அவகிட்ட" என்று சொல்லி ராமின் நம்பருக்கு கால் செய்தாள் தூரி.

"ஹலோ... நிவி.." என்றாள் தூரி.

"ஹலோ... நான் ராம் பேசுறேன் தூரிகை" என்றான் ராம்.

"ஓ... சாரி அண்ணா... நிவினு நினைச்சுட்டேன்.. அவ ஃபோனை எப்போ வாங்கிக்குறீங்க?" என்றாள் தூரி.

"அவ அம்மா கூட வெளியில போயிருக்கா தூரி.. நீ எங்க இருக்க? இப்போ வந்தா வாங்கிக்கிளாமா?" என்றான் ராம்.

"இப்போவா?" என்று யோசித்தாள் தூரி.

"சரி.. நாளைக்கு டியூசன்ல கூட கொடு... நோ ப்ராப்லெம்!" என்றான் ராம்.

"இல்ல அண்ணா.. அவளோ நேரம் ஃபோனை என்கிட்ட வச்சிட்-டிருக்க முடியாது.. நீங்க எங்க ஸ்ட்ரீட்க்கு முன்னாடி இருக்க கடைக்கு வந்துடறீங்களா இப்போ? நானும் வந்துடுறேன்.. அங்க வாங்கிக்கோங்க ஃபோனை" என்றாள் தூரி.

"ஓகே.. சுயர்.. நான் வந்துட்டு கால் பண்றேன்" என்று சொல்லி இணைப்பை துண்டித்தான் ராம்.

"வேல்.. நாம முன்னாடி கடைக்கு போயிட்டு ஃபோனை கொடுத்-துட்டு வந்துரலாமா?" என்று கேட்டாள் தூரிகை வேல்விழியிடம். "சரி டி... வா போகலாம்" என்று சம்மதித்தாள் வேல். இருவரும் கடைக்கு கிளம்பினர்.

"தூரிகையிடம் பேசி முடித்து விட்டு நிமலனுக்கு கால் செய்தான் ராம்.

"டேய்.. என்னடா பேசின நேத்து? அந்த பொண்ணு பதறிக்கிட்டு ஃபோனை வந்து வாங்கிக்கோங்கன்னு சொல்லுது இப்போ.." என்றான் ராம் நிமலனிடம்.

"நான் ஒன்னும் பேசலையே டா.. ரெண்டே ரெண்டு மெசேஜ் தான் அனுப்பினேன். அதுக்கும் ரிப்ளை வரல. ஸோ, எதுவும் ப்ராப்லெம் ஆகிட கூடாதுன்னு நான் அடுத்து கால் அண்ட் மெசேஜ் எதுவுமே அனுப்பல" என்றான் நிமலன்.

"ஓ... அப்படியா!! சரி இப்போ வரியா ஃபோனை வாங்கிட்டு வரலாம்? இன்னைக்கு உன் பர்த்டே வேற, சாக்லேட் கொடுத்து அப்ப-டியே பேசிரு அந்த பொண்ணுகிட்ட.." என்றான் ராம்.

"சாக்லேட் கொடுக்கவா? சிறுவண்டு மாதிரி ஐடியா கொடுக்காத டா.. தூரிகையை பார்க்கனும்னு நினைச்சிட்டு இருந்தேன் இன்னைக்கு.. டூ மினிட்ஸ்ல வரேன் டா.. நீ பர்ஸ்ட் கிளம்பு.. நான் அங்க வந்துட-றேன்.." என்றான் நிமலன்.

"ஓகே.. சீக்கிரம் வந்துரு.." என்று சொல்லி இணைப்பை துண்டித்-தான் ராம்.

தூரிகை மற்றும் வேல்விழி இருவரும் கடையின் அருகே வந்து நின்-றனர். பத்து நிமிடம் கழித்து ராம் மட்டும் தனியாக தன் டூ வீலரில் வந்து சேர்ந்தான். "இவங்க தான் நிவியோட அண்ணா ராம்" என்று வேல்விழியிடம் ராமை அறிமுகப்படுத்தினாள் தூரி. "அப்படியா.. சரி.. சரி..." என்றாள் வேல்விழி அவனை கண்டுகொள்ளாத வாறு. "சாரி

மா.. கொஞ்சம் லேட் ஆகிடுச்சு... ரொம்ப நேரம் வெய்ட் பண்றீங்-களோ?" என்றான் ராம் தூரிகையிடம். "சொன்ன டைம்க்கு வர முடி-யாதா உங்களால? எவளோ நேரம் நாங்க வெய்ட் பண்றது?" என்றாள் வேல்விழி கோவமாக. "ஹே.. ஏன் டி இப்படி கத்துற?" என்று வேல்வி-ழியை கேட்டுவிட்டு "அப்படி எல்லாம் ஒன்னும் இல்ல'ண்ணா... நாங்க இப்போதான் வந்தோம்.. தட்ஸ் ஓகே.." என்றாள் தூரி ராமிடம்.

"இவங்க யாரு தூரி? உன் பிரென்டா?" என்று வேல்விழியை பார்த்-துக்கொண்டே தூரியிடம் கேட்டான் ராம். "ம்ம்ம்... ஆமா அண்ணா. என்னோட பக்கத்து வீடு தான்.. நாங்க சைல்ட்ஹுட் பிரென்ட்ஸ்.. ரொம்ப க்ளோஸ்..." என்றாள் தூரிகை சிரித்துக்கொண்டே. "ஓ.. சரி சரி.. என்று சிறு புன்னகையுடன் "இவங்க ஏன் நம்ம டியூசனுக்கு வரல?" என்று தூரியிடம் கேட்டான் ராம். "அதெல்லாம் உங்களுக்கு எதுக்கு? வந்த வேலைய மட்டும் பார்த்துட்டு கிளம்புங்க. எங்களுக்கு அல்ரெடி லேட் ஆகிடுச்சு உங்களால.." என்றாள் வேல் ராமை பார்த்து. "ரொம்ப கோவப்படாதீங்க மேடம்!! இனி அடிக்கடி என்னை பார்க்க வேண்டி வரும்" என்றான் ராம் வேல்விழியிடம். "நான் ஏன் உங்களை பார்க்க போறேன்?" என்றாள் வேல். "நான் உங்களை லவ் பண்றேனே!! அப்போ அடிக்கடி பார்த்து தான ஆகனும்!!" என்றான் ராம் அசட்டுச் சிரிப்புடன்..

"என்னாது? லவ்வா?" என்று வாயை பிளந்தாள் தூரிகை.. எதுவும் கூற முடியாமல் அதிர்ச்சியில் இருந்தாள் வேல்விழி. "ஆமா தூரி.. உன் பிரென்ட எனக்கு ரொம்ப பிடிச்சுருக்கு..." என்றான் ராம் தூரிகையிடம். அவள் அமைதியாக இருவரையும் பார்த்தாள். "உங்க நேம் என்ன?" என்று வேல்விழியிடம் கேட்டான் ராம். "உங்ககிட்ட எதுக்கு நான் என் பெயரை சொல்லனும்? நீங்க யார் எனக்கு?" என்று கோபத்துடன் கூறி-னாள் வேல்விழி. "நான் உங்களோட பியூட்சர் ஹஸ்பெண்ட்... நான் கேட்காம வேற எவன் கேட்பான்?" என்று சட்டென பதிலளித்தான் ராம்.

நடுக்கத்திலும் நாணத்திலும் தலை கவிழ்ந்து நின்றாள் வேல்விழி.

"தூரி.. நான் கிளம்புறேன்.. நீ வந்தா வா இல்ல இங்கேயே நில்லு.." என்று தூரிகையிடம் சொன்னாள் வேல்விழி. "ஏய்.. வேல்விழி!! இரு டி.. இன்னும் ஃபோனையே கொடுக்கல! வந்ததுல இருந்து நீங்க ரெண்டு பேரும் தான் பேசிட்டு இருக்கீங்க..." என்று சலித்துக்கொண்டு கூறினாள் தூரி. "'வேல்விழி'... நைஸ் நேம்!!" என்றான் ராம். "மொபைல அவங்க-

கிட்ட கொடு சீக்கிரம்" என்றாள் வேல். தூரிகையும் ஃபோனை ராமிடம் நீட்டினாள். "அது இருக்கட்டும்.. கிளம்புறப்போ வாங்கிக்கிறேன். நீயே வை தூரி. நான் உன் பிரென்ட் கிட்ட கொஞ்சம் பேசனும்" என்றான் ராம்.

"இது வேறயா?? எதுக்கு வந்தோம்னே தெரியல!! இறைவா காப்பாத்துப்பா!!!!" என்று தனக்குள்ளேயே சொல்லிக்கொண்டு இரண்டு அடி தள்ளி சென்று திரும்பி நின்றாள் தூரிகை. "ஹே... எங்க டி போற என்ன விட்டுட்டு?" என்று தூரிகையிடம் கதறி சொல்லும் பொழுது வேல்விழியின் இரு உதடுகளையும் தன் வலது கை விரல்களால் அடைத்தான் ராம். பதற்றத்தில் இரண்டு அடி பின்னே சென்று தன் முதுகை வேப்பை மரத்தின் மீது இடித்துக்கொண்டு தன் இரு கைகளையும் மர பட்டையின் மீது வைத்து இறுக பிடித்து கொண்டாள். அவளின் அருகில் சென்றான் அவன். இருவருக்கும் இடையே இடைவெளி கணக்கிடும் அளவை விட மிக குறைவாகவே இருந்தது. அவளுக்கு மேலும் கீழும் மூச்சு வாங்கியது. முட்டை கண்களை வைத்து உருட்டி உருட்டி ராமின் கண்களை மிக அருகில் பார்த்தாள் அவள்.

"ஷு!!! இப்போ எதுக்கு கதறுற? உன்னை என்ன கடத்திக்கிட்டா போக போறேன்? நான் கையை எடுக்க மாட்டேன். சொல்ல வந்ததை சொல்லிடுறேன். அப்புறம் நீ கிளம்பு.. எனக்கு மத்த பசங்க மாதிரி சுத்தி சுத்தி வந்து லவ் பண்ண தெரியாது. உன்னை பார்த்ததும் தோணுச்சு, நீ தான் எனக்குன்னு.. அது எனக்கு இதுவரை யாரை பார்த்தும் தோணுனது இல்ல.. உன்னை பிடிச்சுருக்கு.. 'I LOVE YOU'.. நீயும் உடனே சொல்லனும்னு இல்ல. ஃபைவ் மினிட்ஸ் டைம் தரேன் நல்லா யோசிச்சிட்டு சொல்லு.. என்ன? புரியுதா?" என்று சொல்லி அவளின் உதடுகளில் ஒட்டியிருந்த அவனது விரல்களை மெல்ல இறக்கினான் ராம்.

சற்று அமைதி நிலவியது அவ்விடத்தில்.

வேல்விழி தயக்கத்துடன் ராமை பார்த்தாள். தூரிகையை விட நான்கு வயது மூத்தவள் (அதாவது ராமை விடவும் இரு வயது மூத்தவள்) என்பதால் அவளால் அச்சூழலை நன்கு புரிந்து கொள்ள முடிந்தது. "அஞ்சு நிமிஷம் முடியப் போகுது" என்றான் ராம் வேல்விழியிடம். "உனக்கு இஷ்டம் இல்லைன்னா நான் உன்ன கட்டாயப் படுத்த மாட்டேன்" என்று சொல்லி அவ்விடத்தை விட்டு சற்று நகர்ந்தவனின் முன் சென்று வெட்கத்துடனும் தயக்கத்துடனும் கூறினாள் வேல்விழி "பிடிச்சு-

ருக்கு.. பட் நா உன்ன விட ரெண்டு வயசு மூத்த பொண்ணு. பரவா இல்லையா?" என்றாள். அதெல்லாம் நா உன்ன கேட்கவே இல்லையே. நீ ப்ளஸ் டூ தான படிக்குற அது போதும் என்று சொல்லி மகிழ்ச்சியில் திளைத்தான் ராம்.

"சரி.. நாங்க கிளம்புறோம்.." என்று கூறினாள் வேல் ராமிடம். "ஹே.. இரு.. உன்கிட்ட எப்படி பேசுறது? உன்னோட ஃபோன் நம்பர் கொடு!" என்றான் ராம். "என்கிட்ட ஃபோன் இல்ல.. அம்மா கிட்டேயும் இல்ல.. அப்பாவோட ஃபோன் தான் இருக்கு. ஆனா அதுல இருந்து பேச முடியாது" என்றாள் வேல். "சரி விடு.. தூரிகிட்ட இருந்து ஃபோனை நீ வாங்கிக்கோ.. என் தங்கை போன் தான். நான் அவளை சமாளிச்சுக்குறேன். இனிமே அந்த போனை நீ யூஸ் பண்ணிக்கோ. அதுல இருந்து எனக்கு பேசு டெய்லி.." என்றான் ராம். "அச்சோ... அதுலாம் வேண்டாம்.. வீட்டுல சமாளிக்க முடியாது" என்றாள் வேல். "தெரியாம வச்சு யூஸ் பண்ணு.. வீட்டுல மாட்டின அப்புறம் பார்த்துக்க-ளாம்" என்றான் ராம் கூலாக.

"நீங்க நிஜமா தான என்ன லவ் பண்றேன்னு சொன்னீங்க!!! விட்-டுட்டு போயிற மாட்டீங்களே?" என்று அச்சத்துடன் கேட்டாள் வேல். "நீ விட்டுட்டு போனா தான் உண்டு!!! நான் அப்படி விடமாட்டேன்" என்றான் ராம். "நான் ஒன்னும் அப்படி பட்டவ இல்ல.. விட்டுட்டுலாம் போக மாட்டேன்.. சரி அப்போ நான் கிளம்பவா?" என்றாள் வேல். "ம்ம்ம்.. சரி.." என்று தலையை ஆட்டிவிட்டு, கிளம்பியவளை தனியாக அழைத்தான் ராம். "வேல்விழி ஒரு நிமிஷம்... தூரிகை நிமலனை பத்தி சொல்லி இருப்பான்னு நினைக்கிறேன். அவன் பாவம்.. என்னை மாதிரி இல்ல. அவகிட்ட பேசவே சங்கடபடுறான். அவளை ரொம்ப லவ் பண்-றான். நீ தான் தூரிக்கு புரிய வைக்கனும்" என்றான் ராம்.

"இன்னைக்கு ஒரே புலம்பல் அவ என் வீட்டுக்கு வந்து.. உங்ககிட்ட ஃபோன்ல பேசுறப்போ கூட என் வீட்டுல தான் இருந்தா... ரொம்ப பயப்படுறா.. முக்கியமா அவங்க அண்ணனை நினைச்சு.. நான் பேசி பார்க்குறேன்.. பார்ப்போம்.." என்று சொல்லி விட்டு நகர்ந்தாள் வேல்-விழி. தூரிகையும் ராமிற்கு 'பாய்' சொல்லிவிட்டு வேல்விழியுடன் சென்-றாள். அவர்கள் இருவரும் சிறிது தூரம் சென்றதும் நிமலனிடமிருந்து கால் வந்தது ராமின் மொபைல் ஃபோனிற்கு. ராம் அட்டன் செய்தான்,

"டேய்.. இதோ வந்துட்டு இருக்கேன்.. நீ எங்க இருக்க?" என்று ராமிடம் கேட்டான் நிமலன்.

"எங்க டா வந்திட்டு இருக்க? எவளோ நேரம் வரதுக்கு? தூரி கிளம்பிட்டா" என்றான் ராம்.

"சாரி டா.. கொஞ்சம் லேட் ஆகிடுச்சு.. ப்ளீஸ் அவங்களை ஸ்டாப் பண்ணு, நான் வந்துடறேன்" என்றான் நிமலன்.

"ஸ்டாப் பண்றதுக்கு அது என்ன பஸ்ஸா டா? இப்படி எல்லா சான்-ஸையும் மிஸ் பண்ணிரு.. அப்புறம் உட்கார்ந்து ஃபீல் பண்ணு!" என்று சற்று கோபத்துடன் கூறினான் ராம்.

"நீ என் ப்ரென்ட்ல ப்ளீஸ் டா... நான் எப்படியாவது தூரிகையை பார்க்கனும் இன்னைக்கு.. ப்ளீஸ் ஹெல்ப் மீ!!" என்றான் நிமலன்.

"சரி வா.. பார்க்கலாம்.. மவனே இன்னைக்கு மட்டும் நீ வாயை திறந்து பேசல... அப்புறம் நீ எப்போ கூப்பிட்டாலும் நான் வர மாட்டேன் டா!" என்றான் ராம்.

"சரி டா.. இதோ வந்துட்டேன்" என்று சொல்லி ராமின் முன் தனது FZ பைக்கில் ஹீரோ போல பிறந்த நாள் பொலிவுடன் வந்து நின்றான் நிமலன்.

"வந்துட்டீங்களா சார்? வாங்க போகலாம்.. இப்போதான் தெரு முனைய தாண்டினாங்க ரெண்டு பேரும்..." என்றான் ராம்.

"ரெண்டு பேரா? இன்னொருத்தர் யாரு டா?" என்று கேட்டான் நிம-லன்.

"சொல்றேன்.. முதல்ல வண்டியை எடு போவோம்.. அவங்க வீட்-டுக்கே போயிற போறாங்க!" என்றான் ராம்.

வேல்விழியும் தூரிகையும் நடந்த விசயங்களை பற்றி பேசிக்-கொண்டே வீட்டை நோக்கிச் சென்று கொண்டிருந்தனர். அப்பொழுது மின்னல் வேகத்தில் வந்து சடன் பிரேக் அடித்து அவர்களின் முன் வண்டியை நிறுத்தினான் நிமலன். யாரென கோபத்துடன் சற்றே நிமிர்ந்-தாள் தூரிகை..

'அழகிய ப்ளாக் அண்ட் வைட் பிஷ் கட் லாங் காட்டன் ஸ்கர்ட் அணிந்து, அதுக்கு மேட்சிங்காக ப்ளாக் கலர் பிளைன் துணியில் வெள்ளை நிற வெர்டிகள் கோடுகள் போட்டு, 3/4த் கை வைத்த காட்டன் டாப்ஸ் அணிந்திருந்தாள் தூரி. விரித்திவிட்ட தலை முடியில் சென்டர் கிளட்ச் மட்டும் மாட்டிக்கொண்டு, பாதி முடியை முதுகிற்கு

முன் விட்டு, கண்களின் கீழ் இருக்கும் வாட்டர் லைனில் மட்டும் த்ருஷ்டிக்காக கருப்பு மை தடவி, இரு புருவமும் இணையும் இடைவெளியில் கருப்பு நிற சாந்து வட்டமாக வரைந்து, அதை எடுத்துக்காட்டும்படி அதன் கீழ் வெள்ளை நிற சாந்து வரைந்திருந்த அந்த சிம்பிளான டேஸ்லிங் டாலை பார்த்துக்கொண்டே இருக்க வேண்டும் போல் இருந்தது நிமலனுக்கு.'

இருவரின் கண்களும் ஒன்றை ஒன்று சந்தித்துக்கொள்ளும் சமயத்தில்.........

14

"ஏப்பா தம்பி.... இப்படி பார்த்துக்கிட்டே இல்லாம வந்த வேலையையும் கொஞ்சம் பார்த்தீங்கனா நல்லா இருக்கும்..." என்றான் ராம் தூரிகையை கண் கொட்டாமல் ரசித்துக்கொண்டிருந்த நிமலனிடம். நிமலன் தான் எடுத்து வந்த சிவப்பு கலர் பாக்ஸை தூரிகையிடம் நீட்டினான். ஒன்றும் புரியாத அவள் வேல்விழியையும் ராமையும் பார்த்தாள்.

"வேல்... நான் சொன்னேன்ல என் பிரெண்ட் 'நிமலன்'" என்றான் ராம் வேல்விழியிடம். "ஆமாமா..." என்றாள் வேல்விழி. "இன்னைக்கு அவனுக்கு பர்த்டே..." என்று பேச்சை இழுத்தான் ராம். அவனின் இழுவையை புரிந்துகொண்ட வேல்விழி "ஓ... ஆமா... சொன்னீங்கல்ல பேசுறப்போ..." என்று ராமிடம் சொல்லிவிட்டு, "விஷிங் யூ எ வெரி ஹாப்பி பர்த்டே!!!" என்று நிமலனுக்கு வாழ்த்துச் சொன்னாள்.

இவள் எப்பொழுது இப்படி மாறினாள் என்று சிந்தித்துக் கொண்டிருந்த தூரிகையிடம், "என்னடி? யோசிச்சிட்டே இருக்க?" என்று கேட்டாள் வேல். அமைதியாக அவளை முறைத்தாள் தூரி. "நீ என்ன டா பாக்ஸ நீட்டின மாதிரியே இருக்க? ஓபன் பண்ணு! உள்ள என்ன இருக்குனு பார்ப்போம்!" என்றான் ராம் நிமலனிடம். "நீங்களே ஓபன் பண்ணுங்க!" என்றான் நிமலன் தூரிகையிடம். அவன் சொல்வதை சிறிதும் கண்டுகொள்ளாமல் தரையையே பார்த்துக்கொண்டிருந்தாள் தூரி.

"ஏய்! ரொம்ப பண்ணாத டி! பாக்ஸ தான ஓபன் பண்ண சொல்றாங்க! சும்மா திறந்து பாரு... அதனால ஒன்னும் ஆகிடாது!" என்றாள் வேல்விழி தூரிகையிடம். "தங்கச்சி சும்மா வாங்கு மா... உள்ள பாம் எல்லாம் ஒன்னும் இருக்காது!" என்றான் ராம் நக்கலாக. தயக்கத்துடன் அதனை நிமலனிடமிருந்து பெற்றாள் தூரி. "ஓபன் ப்ளீஸ்!" என்றான் நிமலன். உள்ளே அப்படி என்ன இருக்கும் என்ற ஆர்வம் அவளுக்குள்

சிறிதே தோன்றியது.

மெல்லத் திறந்தாள் அந்த சதுர வடிவ பாக்ஸை.. உள்ளே தேன் ஒழுகுவது போல் சாக்லேட் நிரம்பி ஒழுகிய வாறு இருந்தது அதில் இருந்த அவளுடைய பேவரைட் வட்டமான சாக்கோ ட்ரபில் கேக்கை பார்க்கும் பொழுது. கேக்கின் ஓரங்களில் சிவப்பு நிற செர்ரி பழங்களை கொண்டு அலங்கரிக்க பட்டிருந்தது. கேக் முழுவதும் ஸ்ரெட்டெட் சாக்லேட்ஸ் தூவ பட்டிருந்தது. அதை பார்க்கும் யாவருக்கும் நாவில் எச்சில் சொட்டும். கேக்கின் மேலே நடு பகுதியில் எந்த வித அலங்காரமும் இல்லை. 'Happy Birthday' என்று எவ்விடத்திலும் எழுதப்படவில்லை. மாறாக "Will you be mine?" என்ற ஒற்றை வாசகம் மட்டுமே எழுதப்பட்டிருந்தது. பாக்ஸின் ஓரத்தில் ரெட் கலர் பொக்கே ரோஸ் ஒன்றும் இருந்தது. அதை பார்த்த அவளுக்கு என்ன செய்வதென்றே புரியவில்லை.

நிமலன் தூரிகையின் பதிலுக்காக காத்துக்கொண்டிருந்தான். அனைவரின் கண்களும் தூரிகையின் மீது மட்டுமே இருந்தது. "யாராவது வந்துர போறாங்க மா... அப்புறம் உங்களுக்கு தான் பிரச்சனை.. சீக்கிரம் உன் முடிவை சொல்லு மா.." என்றான் ராம் தூரிகையிடம். அவளின் கண்களில் நீர் சொரிந்தது. "தூரி! இப்போ எதுக்கு நீ அழுற?" என்றாள் வேல்விழி. அவளின் கண்களில் இருந்து உருண்டு வரும் கண்ணீரை பார்த்ததும் தன் கைகளால் அவற்றை துடைக்க வேண்டும் போல் இருந்தது நிமலனுக்கு. ஆனாலும் தான் ஏதோ தவறு செய்துவிட்டதாக எண்ணி குற்ற உணர்ச்சியில் தவித்தான் அவன்.

பாக்ஸை 'டொப்!' என்று கீழே போட்டு விட்டு அழுது கொண்டே அவ்விடத்தை விட்டு நகர்ந்தாள் தூரிகை. அதிலிருந்த அந்த அழகிய கேக் மண்ணோடு மண்ணாக ஒட்டிச் சிதறியது நிமலனின் இதயமும். கண்களின் ஓரத்தில் நீர் சொரிய நிமலனும் தன் வண்டியை ஓட்டிக் கொண்டு அவ்விடத்தை விட்டு நகர்ந்தான்.

இருவரின் செய்கையையும் கண்டு ராமும் வேல்விழியும் புலம்பினர். "இவளுக்கு என்ன ஆச்சுனே தெரியல! பிடிக்கலைனா வாயால சொல்லிட்டு போக வேண்டியது தான! நானும் இன்னைக்கு அவளோ பேசினேன் அவகிட்ட. எல்லாம் வேஸ்ட்!" என்றாள் வேல்விழி. "இவங்க ரெண்டு பேரையும் வச்சுக்கிட்டு என்ன பண்ண போறோம்னு தெரியல!" என்றான் ராம். "நான் அவகிட்ட பேசுறேன்..." என்றான் வேல்விழி.

"விடு! இன்னைக்கு ஒன்னும் பேசாத. அவ நார்மலான அப்புறம் பேசிக்கலாம்..." என்றான் ராம்.

"சரி... நான் கிளம்புறேன்!" என்றாள் வேல்விழி. "ம்ம்ம்... ஃபோன் வாங்கிட்டியா தூரிகிட்ட இருந்து?" என்று கேட்டான் ராம். "வாங்கிட்டேன்.. உங்ககிட்ட பேசிட்டு நடந்து வரப்போவே தூரி ஃபோனை என்கிட்ட கொடுத்துட்டா.." என்றாள் வேல்விழி. "சரி... வீட்டுக்கு போயிட்டு கால் பண்ணு.. பார்த்து போ.." என்றான் ராம். "நீங்களும்.... பார்த்து..." என்றாள் வேல்விழி. "ஓகே" என்று சொல்லிவிட்டு தன் வண்டியை எடுக்க புறப்பட்டான் ராம். வேல்விழியும் தன் வீட்டை நோக்கி நகர்ந்தாள். அன்றைய நாள் அப்படியே கழிந்தது.

மறுநாள் எப்பொழுதும் போல் தன் ஸ்கூட்டரில் பள்ளிக்குக் கிளம்பினாள் தூரி. நிவியின் பஸ் ஸ்டாப்பை நெருங்கினாள். அங்கு ராமும், நிவியும் ஸ்கூல் பஸ்சிற்காக காத்துக்கொண்டிருந்தனர். வழக்கம் போல் இன்றி, அன்று நிவியிடம் பேசாமல் அவளை பார்த்து புன்னகைத்து விட்டு மட்டும் சென்றாள் தூரி. அவள் ஏன் தன்னிடம் பேச வரவில்லை என்ற யோசனையோடு ராமைப் பார்த்தாள் நிவி. "என்ன உடனே என்னைய லுக்கு விடுற? நேத்து என்ன நடந்துச்சுனு தான் உன்கிட்ட சொன்னனே! அப்புறம் என்ன? அதான் அவ பேசாம போறா... விடு... டியூசன்ல பேசிக்கலாம்." என்றான் ராம் நிவியிடம்.

அன்றைய நாள் டியூசனுக்கு ராமும் நிமலனும் சீக்கிரமே வந்திருந்தனர். நிவியும் ஏற்கனவே வந்து அமர்ந்திருந்தாள். மூவரும் தூரிகையின் வருகையையே எதிர்நோக்கி காத்துக்கொண்டிருந்தனர். நேரம் கடந்து கொண்டே இருந்தது ஆனால் தூரிகை வரவே இல்லை. "நான் தான் தப்பு பண்ணிட்டேன் டா! அந்த பொண்ணுக்கு என்னை பிடிக்கலைனு தெரிஞ்சும் தொந்தரவு கொடுத்துட்டேன்... அதான் டியூசனுக்கு கூட வரல போல!" என்றான் நிமலன். "இதுக்கே இப்படி யோசிச்சா எப்படி டா? அதெல்லாம் அப்படி தான் பண்ணுவாங்க ஆரம்பத்துல... போக போக சரி ஆகிடும்.. நீ இதுக்கெல்லாம் வறுத்தப்படாத!" என்றான் ராம்.

"இல்ல டா... அவங்க வீட்டுல எதுவும் தெரிஞ்சு பிரச்சனை ஆகிருக்குமோ? இல்லை என்னை பார்க்க பிடிக்காம டியூசனுக்கு வரலையா?" என்று புலம்பினான் நிமலன். "அதெல்லாம் ஒன்னும் இல்ல.. நீ தேவை இல்லாம புலம்பாத டா!" என்றான் ராம். "நீ எதுக்கும்

வேல்விழிக்கு கால் பண்ணி கேளு டா.." என்றான் நிமலன் ராமிடம்.

அவன் அப்படி சொன்ன நிமிடத்தில் தூரிகை அவன் முன்னே தோன்றினாள்.......

15

"ஹே... வா தூரி... நீ இன்னைக்கு வர மாட்டியோனு நினைச்சேன்" என்றாள் தூரிகையை பார்த்த நிவி. அவள் எதுவும் சொல்லாமல் மௌனமாய் நின்றாள். முதல் நாள் இரவு வேல்விழி தன்னிடம் பேசியதை சற்று நினைத்துப் பார்த்தாள் தூரி.

"உனக்கு அப்படி என்ன டி கோவம் வருது? உனக்கு நிமலன் கேக், ரோஸ் குடுத்து ப்ரொபோஸ் பண்ணினது பிடிக்கலைன்னா, அங்கேயே அவனை நாலு திட்டு திட்டிவிட்டு இனிமே என் பின்னாடி வராதிங்கன்னு மூஞ்சில அடிச்ச மாதிரி சொல்லிட்டு வந்திருக்கணும். அத விட்டுட்டு எல்லாத்தையும் கீழே தூக்கிப் போட்டுட்டு ஏன் டி ஓடிவந்த? உன்னை யாரும் கடத்திட்டு போகவா பார்த்தாங்க? நேத்தைக்கு நிமலன் உனக்கு மெசேஜ் பண்ணி அவரோட லவ்வ சொன்னதும் சரி, இன்னைக்கு உனக்கு பிடிச்ச கேக் வாங்கிட்டு வந்து ப்ரொபோஸ் பண்ணதும் சரி இதை விட டீசன்ட்டா எவனும் தன் காதலை வெளிப்படுத்த முடியாது! கொஞ்சமாவது புரிஞ்சுகோ டி... நான் இவ்வளவு நேரம் மூச்சு விடாம பேசுறதுகாகவாது நீ நாளைக்கு நிமலன் கிட்ட போய் சாரி கேளு... அப்படியே உனக்கு அவனைப் பிடிக்கலைனு சொல்லிட்டு வந்துரு. இதோட எல்லாம் முடியட்டும்..." என்று தன் மனதில் இருந்ததை தூரிகையிடம் கொட்டித் தீர்த்தாள் வேல்விழி.

"என்ன தூரி! அப்படியே நின்னுட்டு இருக்க? வா... வந்து உக்காரு.." என்றாள் நிவி சிந்தனையில் மூழ்கியிருந்த தூரிகையிடம். அவளுக்கு பதில் அளிக்காமல் நிமலனை பார்த்தாள் தூரிகை. "நேத்தைக்கு அப்படி நடந்துகிட்டதுக்கு சாரி!" என்றாள் தன்னை ரசித்துக்கொண்டிருந்த நிம-

லனின் கண்களைப் பார்த்து. ஆனந்தம் பெருக்கெடுத்தது அவனுக்குள். "நான் தான் சாரி சொல்லணும்... உங்க மனசுல என்ன இருக்குன்னு தெரியாம உங்கள டிஸ்டர்ப் பண்ணதுக்கு" என்றான் நிமலன். அவள் சொல்ல நினைத்ததை அவனே சொல்லி விட்ட நிம்மதியில் நிவியின் அருகில் சென்று அமர்ந்தாள் தூரிகை.

"என்னடா நீ பாட்டுக்க டிஸ்டர்ப் பண்ணதுக்கு சாரி அப்படி இப்படின்னு சொல்லுற! அப்போ அவ்வளவுதானா? திரும்பி நீ தூரிகை கிட்ட பேச போறதில்லையா?" என்றான் ராம் நிமலனிடம். "அவங்கள டிஸ்டர்ப் பண்ணலனு தான சொன்னேன்.. லவ் பண்ண மாட்டேன்னு சொல்லலியே!" என்றான் நிமலன். "என்ன சொல்ற? ஒன்னும் புரியலை" என்றான் ராம். "நான் என் மனசுல இருக்குறத மூணு தடவை சொல்ல ட்ரை பண்ணிட்டேன் தூரிகை கிட்ட. அவங்களுக்கும் அது நல்லா புரிஞ்சிருக்கும். இனி எத்தனை தடவை ட்ரை பண்ணாலும் வேற எதுவும் புதுசா சொல்றதுக்கு ஒன்னும் இல்ல. எனக்கு நம்பிக்கை இருக்கு தூரிகை என் லவ்வ அக்செப்ட் பண்ணிபாங்கனு. அதுவரை அவங்கள டெய்லி பார்க்கிறதே எனக்குப் போதும் என்றான் நிமலன்.

"நீ சொல்றதும் ரைட்டு தான்.. பட் கடைசி வரை அவ உன் லவ்வ அக்செப்ட் பண்ணிக்காம போயிட்டானா?" என்றான் ராம் கேள்விக்குறியுடன். அதற்கு எந்த பதிலும் அளிக்காமல், சிறு புன்னகைத்துக் கொண்டு தூரிகையை பார்த்தான் நிமலன்.

"எதுக்கு தூரி மார்னிங் என்கிட்ட வந்து பேசாம அப்படியே போயிட்ட?" என்று கேட்டாள் நிவி தூரிகையிடம். "கொஞ்சம் லேட் ஆயிடுச்சு நிவி அதான்" என்றாள் தூரி. "நீ என் மேல எதுவும் கோவமா இருக்கியோனு நினைச்சு பயந்துட்டேன்" என்றாள் நிவி. அப்படியெல்லாம் ஒன்னும் இல்ல நிவி.. எனக்கு யாரு மேலேயும் எந்த கோபமும் இல்லை" என்று நிவியிடம் சொல்லிவிட்டு, தன் கண்களை நிமலன் பக்கம் திருப்பினாள் தூரி. அன்றைய நாள் டியூசன் முடிந்து அனைவரும் வீட்டிற்கு திரும்பினர்.

சில நாட்கள் கழிந்தது... அன்றைய தினத்திற்கு பின் நிமலனும் தூரிகையுடன் பேச முயற்சிக்கவில்லை. ஆனால் தவறாமல் அவளை தினமும்

ஒரு முறையேனும் பார்த்து விடுவான். டியூசன் டைமிங் அனைத்தும் மாறியது. மறுபடியும் அனைவரும் ஒன்றாக பாடம் பயில சென்றனர். அதனால் நிமலனுக்கு தூரிகையை பார்ப்பதில் எந்த பிரச்சனையும் இல்லாமல் இருந்தது. இருவருக்கும் பப்ளிக் எக்ஸாம் நெருங்கிக்கொண்டு இருந்தது. அன்றைய நாள் டியூசனில் வழக்கம் போல் அனைவரும் வந்து அவரவர் இடத்தில் அமர்ந்திருக்க, கணக்கு வாத்தியார் பன்னிரெண்டாம் வகுப்பிற்கான சிலபஸில் உள்ள கடைசி கணக்கை போர்டில் எழுதி நடத்தி முடித்தார்.

"இதோட ப்ளஸ் டூ போர்சன்ஸ் முடிஞ்சது. டவுட் இருந்தா கேட்கலாம். உங்களுக்கு பப்ளிக் எக்ஸாம் ரொம்ப பக்கத்துல வந்துடுச்சு, அதனால நீங்க எல்லோரும் வீட்டிலேயே இருந்து சம்ஸ போட்டு பாருங்க. நிறைய ரிவிஷன் பண்ணுங்க.. என்ன புரியுதா!" என்றார் அந்த பேக்கு வாத்தியார் பன்னிரண்டாம் வகுப்பு மாணவர்களை நோக்கி. "அப்போ இனிமே நாங்க டியூசனுக்கு வர தேவை இல்லையா சார்?" என்று கேட்டான் ராம். "தேவை இல்லை. ஏதாவது சம்ஸ்ல டவுட் இருக்குனா மட்டும் என்னைக்காவது வந்து க்ளாரிஃபை பண்ணிக்கோங்க. ஆல் த பெஸ்ட் ஃபார் யுவர் எக்ஸாம்ஸ்! டூ வெல்!" என்றார் வாத்தியார்.

நிமலனிர்கு ஒரு நிமிடம் 'பக்' என ஆனது! பப்ளிக் எக்ஸாம் நினைத்து அல்ல. தூரிகையை அடுத்து எப்படி பார்ப்பது என்று கவலையில் ஆழ்ந்தான் அவன்.

"என்னடா! இனிமே தூரிகையை எப்படிப் பார்க்கப் போறனு யோசிக்கிரியா?" என்றான் ராம் நிமலனிடம். ஆமா டா! இதுவரை டியூசனுக்கு வந்ததே அவங்களை டெய்லி பார்க்கிறதுக்காக தான். இப்போ என்ன செய்யறதுன்னு தெரியலை!" என்றான் நிமலன் வருத்தத்துடன்.

"ஆமா டா! எனக்கும் டியூசன் வரனால தான் வேல்விழிய அப்பப்போ முன்னாடி வரச் சொல்லி பார்க்க முடிஞ்சது. அவளும் பிளஸ் டூ முடிக்க போறா.. அடுத்து எக்ஸாம்ஸ், காலேஜ் ஜாயின் பண்றதுன்னு நிறைய இருக்கு. அவ எங்க காலேஜ் சேர போறான்னும் தெரியலை. அடுத்து எப்படி பார்க்கிறதுனும் தெரியலை.." என்று ராமும் புலம்பினான்.

"என் நிலமை கூட பரவாயில்லை.. நீ தூரிகை கிட்ட இன்னும் பேசவே ஆரம்பிக்களையே டா... பேசி தான் பாரேன் ஒரு தடவை! இத்தனை நாள் நீ அவள டிஸ்டர்ப் பண்ணாம இருந்த... மே பீ அவளுடைய தாட்ஸ் மாறி இருக்கலாம்ல! கடைசியா ஒரு தடவை ட்ரை பண்ணிப் பாரேன்!" என்றான் ராம் நிமலனிடம். "லாஸ்ட் டைம் அவங்க எப்படி ரியாக்ட் பண்ணாங்கன்னு நீயும் பார்த்தியே டா! என்னனு இப்போ பேச சொல்ற?" என்றான் நிமலன். "அதை விடு டா! நீ தான் இன்னும் வாய திறந்து சொல்லவே இல்லையே அவளை லவ் பண்றேன்னு! அதை சொல்லித்தான் பாரேன் ஒரு தடவை!" என்றான் ராம். "சரி டா எங்க வச்சு பேச சொல்லுற? இன்னொரு தடவை ரோட்டுல நின்னு பேசி அந்த பொண்ணு அழுதுக்கிட்டே ஓடவா!" என்றான் நிமலன்.

"நீ ஏன் அத பத்தி எல்லாம் கவலைப் படுற? நான் இருக்கேன்ல, பார்த்துக்குறேன்! நிவியோட பர்த்டே வருது டா நாளைக்கழிச்சு. வீட்ல தெரிஞ்சவங்க எல்லாரையும் கூப்பிட்டு செலிபரேட் பண்ணலான்னு இருக்கோம். ஃப்ரெண்ட்ஸ் எல்லாரையும் கூப்பிடலாம்னு நிவியும் சொல்லிருக்கா. வேல்விழியையும் இன்வைட் பண்ணலாம்னு இருக்கேன். நிவி கண்டிப்பா தூரிகையையும் இன்வைட் பண்ணுவா.

ஸோ, வேல்விழியவே தூரிகையை கூப்பிட்டு வரச் சொல்லலாம். அப்போ எங்க வீட்டுல வச்சு பேசு டா தூரிகிட்ட!" என்றான் ராம். "எல்லாருக்கும் முன்னாடியா?" என்று நக்கலாக கேட்டான் நிமலன். "நீங்க முதல்ல வாங்க சார்... அப்புறம் எல்லாத்தையும் நாங்க பார்த்துக்கிறோம்.." என்றான் ராம். "எதுவும் தப்பா ஆகிடாதுல டா?" என்று தயக்கத்துடன் வினவினான் நிமலன். "ஒன்னும் ஆகாது! நான், நிவி, வேல்விழி எல்லோரும் இருப்போம்.." என்றான் ராம்.

"சரி டா... இது தான் நான் தூரிகைக்கு புரிய வைக்கிற கடைசி ட்ரை... பார்ப்போம்.. என்ன சொல்றாங்கன்னு.." என்றான் நிமலன். "எல்லாம் ஓகே ஆகிடும் பாரு இந்த தடவை.." என்று நிமலனின் தோளைத் தட்டினான் ராம்..

16

நிவி மற்றும் ராமின் அழைப்பின் படி வேல்விழியும் தூரிகையும் நிவியின் பிறந்தநாள் விழாவில் கலந்துகொள்ள அவளது வீட்டிற்கு விரைந்தனர். அவர்கள் இருவரும் அங்கு வருகை தர, நிவி வாசலிற்கு ஓடி வந்து அவர்களை வரவேற்றாள்.

"வா தூரி... உன்ன தான் எதிர்பார்த்திட்டு இருந்தேன்" என்றாள் நிவி தன் தோழியை அரவணைத்த படி... அவள் சிரித்தபடியே நிவேதாவிற்கு வாழ்த்துக்கள் கூறினாள்.

"வாங்க அண்ணி" என்று தன் வருங்கால அண்ணியான வேல்விழியை-யும் வரவேற்றாள் நிவி.

வேல்விழியும் அவளுக்கு தன் வாழ்த்துக்களை கூற, இருவரையும் தன் அறைக்கு அழைத்துச் சென்றாள் நிவி. அவர்களை தன் அறையில் அமர்ந்து இருக்கும்படி கூறிவிட்டு அவர்களுக்கு தண்ணீர் மற்றும் ஸ்னாக்ஸ் எடுத்துவர சென்றாள்.

"ஏய் எப்போ டா பேச வைக்க போற ரெண்டு பேரையும்?" என்று ராமை பார்த்துக் கேட்டாள் நிவி. "இப்போ தானே வந்திருக்காங்க வந்த உடனே சொல்லி...? தூரிகை ஓடுறதுக்கா? பொறுமையா பேச வைப்-போம்" என்றான் ராம்.

"எதுவும் பிரச்சனை ஆகிடாம டா!" என்றாள் நிவி பதற்றத்துடன்.

"அதெல்லாம் ஒன்னும் ஆகாது நீ போய் அவங்க கூட இரு. எல்-லோரும் வந்ததும் கூப்பிடுறேன் அப்போ வாங்க கேக் கட் பண்றதுக்கு" என்றான் ராம்.

"ம்ம்ம்... ம்ம்ம்... சரி" என்று கூறிவிட்டு தன் அறைக்குச் சென்றாள்

நிவி.

நிமலன் அப்பொழுதுதான் அங்கு வருகை தந்தான். அவனைப் பார்த்த ராம், "வா டா... கரெக்ட் டைம்க்கு தான் வந்திருக்க" என்று கூறி அவனை உள்ளே அழைத்துச்சென்றான்.

"கேக் கட் பண்ணிடிங்களா டா?" என்று கேட்டான் நிமலன். "நீ இல்லாமையா?... உனக்காக தான் வெயிட் பண்ணிட்டு இருந்தேன். இப்போ பண்ணிடலாம்" என்றான் ராம்.

நிமலனின் கண்கள் அங்கும் இங்குமாக அலை பாய்ந்ததை கண்ட ராம், "தூரிகை நிவி கூட ரூம்ல தான் இருக்கா" என்றான் அவனிடம். அவன் புன்னகைத்து விட்டு, நிவிக்கு தன் வாழ்த்துக்களை கூறும்படி சொன்னான்.

"நீயே சொல்லு டா உன் தங்கச்சிக்கு. இரு நிவிய கூப்பிடுறேன்" என்று கூறிவிட்டு அவளை அழைத்தான்.

"தூரி..., அண்ணி...., ரெண்டு பேரும் வாங்க, அண்ணா கூப்பிடுறான். கேக் கட் பண்ணுறதுகாக தான் இருக்கும்" என்று இருவரையும் தன்னுடன் அழைத்து வந்தாள்.

"நிமலன் அண்ணா!!! நீங்க எப்போ வந்தீங்க?" என்று நிமலனைப் பார்த்து கேட்டாள் நிவி.

கேட்டவளுக்கு பதில் அளிக்காமல், அவளின் அருகில் 'பூமியில் நிலவாய்' வந்து நிற்கும் தன்னவளைப் பார்த்து வியந்து வாயடைத்துப் போனவனாய் நின்றிருந்தான் நிமலன்.

"வெண்ணிற ஸ்ட்ரைட் கட் டாப்ஸ் அணிந்து, மேட்சிங்காக அதே வெள்ளையில் ஆங்கிள் லென்த் பேண்ட் அணிந்து , அதற்கு கான்ட்ராஸ்டாக பாந்தேஜ் பட்டில் வண்ண நிறத்தில் ஒரு ஷால் இடதுபுறம் மட்டும் போர்வையென போர்த்தி, வலது கையில் வெள்ளை நிற கற்கள் பதித்து அதன் நடுநடுவே பிங்க் நிற கற்கள் ஒளி எழுப்ப, வெள்ளியிலான கடா ஒன்றை அணிந்து, இடது கையில் ப்ளூ டயல் வைத்த வெள்ளி நிற டைட்டன் வாட்ச் ஒன்றை அணிந்துகொண்டு, காதில் வெள்ளை நிற கற்கள் பதித்த இமிடேஷன் கம்மல் ஒன்றை அணிந்து, நெற்றியில் வெண்ணிற கற்கள் பதித்த வட்டப் பொட்டு ஒன்றை வைத்து, தலை முடியை குதிரைவாலிட்டு மிகவும் மிடுக்காக இருந்த தன்னவளைப் பார்த்து, 'விண்ணில் இருந்து இறங்கி வந்த தேவதையோ இவள்!'" என்று எண்ணி அந்த 'ஆம்பல் அழகில்' மயங்கி கிரங்கிக்

கொண்டிருந்தான் அவன்.

"அண்ணா!!! நான் இங்க இருக்கேன்... எங்க பார்த்திட்டு இருக்கீங்க?" என்று கேட்டு சொப்பனத்தில் திழைதிருந்த நிமலனை உலுக்கினாள் நிவி.

அப்பொழுது தான் அவளின் கேள்வியை காதில் கேட்டவாறு, "இப்போ தான் மா வந்தேன்... 'மெனி மோர் ஹேப்பி ரிட்டர்ன்ஸ்'" என்று நிவியிடம் தன் வாழ்த்துக்களை கூறினான்.

"தாங்க் யூ அண்ணா! உட்காருங்க" என்றாள் நிவி.

"கேக் கட் பண்ணிடலாம்... டைம் ஆகிடுச்சு" என்று சொல்லி அனைவரையும் அழைத்தான் ராம். பின்பு நிவி கேக்கினை கட் செய்ய, அனைவரும் கோரசாக சுருதி மாறாமல் 'ஹேப்பி பர்த்டே டூ யூ' என்ற பாடலை பாடி அவளை வாழ்த்தினர். அனைவருக்கும் கேக் துண்டுகளையும், ஸ்நாக்ஸ்களையும் வழங்கினாள் நிவி. விழா நிறைவடைந்தது. உறவினர்கள், அக்கம் பக்கத்தினர் அனைவரும் விடைபெற்றுக் கொண்டனர்.

நிவி மெதுவாக ராமிடம் சென்று, "டேய்... என்ன டா இன்னும் ஒன்னும் சொல்லாம அப்படியே நின்னுட்டு இருக்க? எப்போ அவங்க ரெண்டு பேரையும் பேச வைக்கப்போற?" என்று கேட்டாள்.

"அதெல்லாம் நாங்க யோசிக்காம இருப்போமா சிறுவண்டு? நிமலன நான் எப்போவோ மொட்டை மாடிக்கு அனுப்பிட்டேன். அவன் அங்க தூரிகைகாக வெயிட் பண்றான் அவகிட்ட பேசுறதுக்கு. நீ தூரிகை கிட்ட ஏதாவது சொல்லி மாடிக்கு அனுப்பு" என்றான் ராம் நிவியிடம்.

"சரி டா... இன்னைக்கு அவங்க ரெண்டு பேரும் பேசினா தான் உண்டு. நான் போய் அவளை மாடிக்கு அனுப்புறேன்" என்று ராமிடம் கூறிவிட்டு சென்றாள். வேல்விழியை தனியாக அழைத்து ராம் கூறியவற்றை விளக்கினாள் நிவி. பின்பு இருவரும் தூரிகையிடம் சென்று அவளை மொட்டை மாடிக்கு அழைத்தனர்.

"தூரி... கொஞ்ச நேரம் மொட்டை மாடிக்கு போயிட்டு வரலாமா? எங்க வீட்டுக்கு பின்னாடி ஃபுல்லா வயல் தான். இந்நேரத்தில நல்லா காத்து வரும்" என்றாள் நிவி.

"இன்னொரு நாள் நான் வரப்போ போய் பார்க்கலாம் நிவி. இப்போவே லேட் ஆகிடுச்சு.. வீட்ல தேடுவாங்க..." என்றாள் தூரிகை.

"நான் தான் உன் கூட இருகேன்ல, நான் மல்லி அத்தை கிட்ட ஏதாவது சொல்லிக்கிறேன். நிவி தான் இவளோ சொல்றால, மாடிக்கு தான, சும்மா போய்ட்டு ஃபைவ் மினிட்ஸ்ல வந்துரு. நாம அப்புறம் வீட்டுக்கு கிளம்பலாம் நீ வந்ததும்.." என்று தன் பங்கிற்கு பேசினாள் வேல்விழி.

"ம்ம்ம்... சரி.." என்று சம்மதித்தாள் தூரி.

"நீயும் வா" என்று வேல்விழியை அழைத்தாள் அவள்.

"இல்ல தூரி... நீ போயிட்டு வா... நிவி தான் உன் கூட வரால.. ராம் இன்னைக்கு அவங்க அம்மா அப்பா கிட்ட என்ன பேச வைக்கிறதா சொன்னான்..." என்றாள் வேல்விழி.

"சரி சரி... அப்போ நான் போய்ட்டு வந்துடுறேன்.." என்று சொல்லி விட்டு மாடிக்கு ஏற ஆரம்பித்தாள் தூரி. பாதி படியிலேயே, "அய்யோ தூரி... நான் ஃபோன் எடுத்துட்டு வர மறந்துட்டேன்.., நீ முன்னாடி போ, நான் பின்னாடி வந்துடுறேன்.." என்று நழுவி கீழே இறங்கினாள் நிவி..

தூரிகை முன்னோக்கி ஏறினாள். டியூசன் படிகளில் அவளுக்கு தெரிந்த அதே நிழல் அங்கும் தெரிந்தது. விசயத்தை புரிந்து கொண்ட அவள் கீழே இறங்க முற்பட்டாள்.

"தூரிகை... நில்லுங்க ப்ளீஸ்!" என்ற நிமலின் குரலைக் கேட்டு திரும்பினாள்.

"அஞ்சு நிமிஷம் மட்டும் நான் சொல்றதைக் கேளுங்க, அடுத்து எப்பவும் உங்கள டிஸ்டர்ப் பண்ண மாட்டேன்" என்றான் அவன்.

அவள் தயக்கத்தில் நின்ற இடத்தை விட்டு நகராமல் நின்றிருந்தாள்.

"கொஞ்சம் மேலே ஏறி வாங்க ப்ளீஸ்... யாரும் பார்க்க போறாங்க.. அப்புறம் உங்களுக்கு தான் பிரச்சனை.." என்றான் அவன்.

தயக்கத்துடன் மேலே ஏறி மொட்டை மாடியை அடைந்தாள் அவள்.

"தேங்க்ஸ்!!! நான் சொல்றதை கொஞ்சம் பொறுமையா கேளுங்க ப்ளீஸ்..." என்றான் நிமலன் அவளிடம்.

அவள் அமைதியாக நின்றிருந்தாள்.

"நான் உங்களை கட்டாயப்படுத்தி இப்படி நிக்க வச்சு பேசறதுல எனக்கு விருப்பம் இல்ல. ஆனா வேற வழி தெரியலை எனக்கு. இந்த வாய்ப்பை விட்டேனா அடுத்து உங்களை பார்க்க முடியுமானு கூட தெரியல. எனக்கு உங்களை பார்த்ததும் வந்த உணர்வு வேற யார்கிட்டயும் வந்ததில்லை. இனியும் வராது. வாழ்ந்தா உங்க கூடதான் வாழணும்னு முடிவு பண்ணிட்டேன் உங்க மேல எனக்கு இருக்க உணர்வுக்கு பெயர் காதல்னு தெரிஞ்சதும். கண்டிப்பா உங்கள நல்லா பாத்துப்பேன். எந்த நிமிஷத்துலயும் உங்களை விட்டு போக மாட்டேன் எந்த காரணத்துக்காகவும். படத்துல பாக்குற மாதிரி ஜாலியா லவ் பண்ணிட்டு இருக்கலாம்னு நான் நினைக்கல. அப்படி நிஜ வாழ்க்கையில நடக்காது. எந்த நொடியிலும் உங்க வீட்டை விட்டு வா, ஓடி போய்டலாம்னு என் வாயிலிருந்து வராது. நம்புங்க!! ரெண்டு பேர் வீட்டுலயும் பேசி, சமாதானம் பண்ணி, அடிச்சாலும் மிதிச்சாலும் வாங்கிட்டு கண்டிப்பா உங்க கழுத்துல தாலி கட்டி சந்தோஷமா பார்த்துப்பேன் உங்கள. லவ் னா என்னனு நான் காட்டுவேன் உங்களுக்கு. வாழ்க்கையில யாருக்காகவும் உங்களை விட்டு தர மாட்டேன். என் உயிருக்கும் மேல உங்கள உயர்த்தி வச்சிருக்கேன் என் மனசுல. என்ன நம்பி கை பிடிங்க கண்டிப்பா கைவிடமாட்டேன்..." என்று தன் மனதில் இருந்த அனைத்தையும் அவளிடம் கொட்டித் தீர்த்தான்.

சிறிதே மௌனம் நிலவியது அவ்விடத்தில்...

அவன் தூரிகையின் பதிலை எதிர்நோக்கி காத்துக் கொண்டிருந்தான்..................

17

கண்களில் நீருடன் எவ்வித பதிலும் சொல்லாமல் அவ்விடத்தை விட்டு நகர்ந்தாள் தூரி, நிமலனும் அவளைத் தடுக்கவில்லை. இதுதான் நடக்குமென ஏற்கனவே யோசித்து வைத்திருந்தவனுக்கு அவளின் மௌனம் புதிதாய் தெரியவில்லை. தான் நினைத்ததை இன்றாவது சொல்லிவிட்ட நிம்மதியில் அவனும் அமைதியாய் நின்று விட்டான்.

வீட்டின் வெளியே இருந்த மாடியிலிருந்து பதற்றத்துடனும் பயத்துடனும் கீழே இறங்கி வந்து கொண்டிருந்தவளின் எதிரில் ஊர் எல்லையில் காவல் இருக்கும் அய்யனார் சிலைபோல் திடீரென காட்சியளித்தான் **ஆதித்யன்,** தூரிகையின் அண்ணன்.

அவ்விடத்தில் அந்நேரத்தில் தன் அண்ணனை பார்த்த தூரிகைக்கு அதிர்ச்சியிலும் மகிழ்ச்சியிலும் பேச வார்த்தைகள் வரவில்லை.

"என்ன தூரி பர்த்டே செலிப்ரேஷன் எல்லாம் முடிஞ்சதா?... அம்மா சொன்னாங்க நீ உன் பிரெண்ட் நிவேதா வீட்டுக்கு போயிருகன்னு. பக்கத்துல விசாரிச்சே, சொன்னாங்க. என்ன மாடிலயா பர்த்டே கொண்டாடினிங்க?" என்று தூரியை பார்த்து விசாரித்தான் ஆதி.

"இல்ல'ண்ணா... அது வந்து....!!!" என்று அவள் சொல்லி முடிப்பதற்குள் மாடியிலிருந்து இறங்கினான் நிமலன். அவனைப் பார்த்த ஆதியின் பார்வை சற்றே மாறியது. பயத்தில் உறைந்தாள் தூரி.

"ஹே... தூரியோட அண்ணன் தான நீங்க?" என்று நிவியின் குரல் அவர்கள் மூவரையும் திசை திருப்பியது. "அண்ணா நீங்க பார்க்க அப்படியே தூரி மாதிரியே இருக்கீங்க!" என்றாள் அவள். "ஆமா மா... அவ தான் என்ன மாதிரி இருக்கா.." என்று கூறி புன்னகைத்தான் ஆதி.

"அட! ஆமா'ண்ணா..." என்று சிரித்தாள் நிவி.

"உள்ள வாங்க'ண்ணா.. இன்னைக்கு என்னோட பர்த்டே அதான் பிரெண்ட்ஸ் எல்லாரையும் இன்வைட் பண்ணிருந்தோம். இப்போதான் மாடியில் இருந்து ஒவ்வொருத்தரா இறங்கி வந்தோம் அப்படியே நீங்க வந்துட்டீங்க" என்று ஏதேதோ சொல்லி சமாளித்தாள் நிவி.

"ஓ... அப்படியா.. சரி மா.. பிறந்தநாள் வாழ்த்துக்கள்.." என்றான் ஆதி. "தாங்க்யூ அண்ணா, உள்ள வாங்க" என்றாள் அவள் மறுபடியும். "இல்-லமா, லேட் ஆகிடுச்சு, நாங்க கிளம்புறோம்.." என்றான் அவன்.

"ஆமா நிவி... நான் அண்ணா கூட கிளம்புறேன், நாளைக்கு பார்க்-கலாம். வேல் கிட்ட சொல்லிரு நான் கிளம்பறேனு" என்றாள் தூரி நிவி-யிடம். "சரி, ஓகே தூரி... 'பாய் பாய்'.." என்று அவர்களை வழியனுப்பி வைத்தாள் நிவி. நிமலனை நிமிர்ந்துகூட பார்க்காமல் சென்றாள் தூரி.

"நிமலன் அண்ணா நீங்க ஏன் அங்கேயே நின்னுட்டு இருக்கீங்க? நான் தான் ஏதோ சொல்லி சமாளிச்சுட்டெனே. வாங்க உள்ள போகலாம். ராம் உங்களுக்காக வெயிட் பண்ணிட்டு இருக்கான்.." என்றாள் நிவி.

இருவரும் வீட்டின் உள்ளே சென்றனர்.

"டேய்! வா டா! என்ன நடந்துச்சு? சொல்லு.." என்றான் ராம். நடந்-ததைக் கூறி விட்டு, "அவங்க அண்ணன் பார்வையே சரி இல்ல டா, அவங்கள நானே மாடிவிட்டேனோ!" என்று புலம்பினான் நிமலன். "ஏன்டா நீ அவ்வளவு சொல்லியும் ஒண்ணுமே சொல்லாம போயிடுச்சு அந்த பொண்ணு. நீ என்னடானா ஃபீல் பண்ணிட்டு இருக்க?" என்றான் ராம் கடுப்பில்.

"என்னடா இப்படி சொல்லிட்ட? அவங்க இப்படித்தான் ரியாக்ட் பண்ணுவாங்கன்னு முன்னாடியே நெனச்சிருந்தேன் டா. எனக்கு தூரிகை அமைதியா எதுவும் சொல்லாம போனதுல எந்த ஆச்சரியமும் கவலை-யும் இல்ல டா. ஏனா நான் பேசி முடிச்சதும் அவங்க கண்ணு கலங்கி இருந்துச்சுடா.. எனக்கு நம்பிக்கை இருக்கு, என்னைக்காவது அவங்க என் லவ்அ ஏத்துப்பாங்கனு.." என்றான் நிமலன்.

"அது வேற ஒன்னும் இல்ல டா... மாடி ரொம்ப நாளா கூட்டாம இருந்-துச்சு. இன்னைக்கு காத்து வேற நல்லா அடிச்சதுல... அதான் தூசி பட்டு கண் கலங்கி இருக்கும் தூரிக்கு.." என்றான் ராம் நக்கலாக. அவனை முறைத்து பார்த்தபடியே தன் வீட்டிற்கு கிளம்பினான் நிமலன்.

ஆதியும், தூரிகையும் அவர்கள் வீட்டைச் சென்றடைந்ததும், "இனிமே தனியா எங்கேயும் போகாத.. அம்மா அப்பா கூட தான் போயிட்டு வரணும் எங்கனாலும்.." என்றான் ஆதி தூரிகையிடம்.

"ம்ம்ம்... சரி... நா வேல்விழி கூட தான் போனேன். நாங்க எல்லாருமே ப்ரெண்ட்ஸ் தான்..." என்றாள் தூரி. "சரி மா.. இனி அம்மா அப்பா கூட போயிட்டு வா.. நா இருக்கப்போ நா கூட வரேன்.." என்றான் அவன்.
"சரி ஆதி..." என்று சொல்லிவிட்டு வீட்டினுள் நுழைந்தாள் தூரி.

அன்றைய இரவு தன் தூக்கத்தைத் தொலைத்து நிமலன் கூறிய வார்த்தைகளையே சிந்தித்துக் கொண்டிருந்தாள் அவள். அவன் கூறிய வார்த்தைகள் அவளுக்குள் ஏதோ நெருடலை ஏற்படுத்தியது. நாளை பள்ளி சென்று தன் தோழி லாவண்யாவிடம் இதுகுறித்துப் பேச வேண்-டும் என நினைத்தாள் அவள். மறுநாள் பள்ளிக்குச் சென்று லாவண்-யாவின் வருகைக்காக காத்திருந்தாள். ஆனால் அன்றைய நாள் லாவண்யா பள்ளிக்கு வரவில்லை. விடுமுறை என்று தோழிகள் யாரிட-மும் கூறவும் இல்லை. என்னவென்று யோசித்து கொண்டே தன் தோழி புவிதாவுடன் கேண்டீனுக்கு சென்றாள் தூரி.

"பப்ளிக் எக்ஸாம்ஸ் வரப்போகுது.. இந்த நேரத்துல இந்த லாவண்யா ஏன் டி இப்படி லீவ் போடுறா? சும்மாவே மேக்ஸ்னா பயம்ன்னு சொல்-லிட்டே இருப்பா. ஒழுங்கா வந்து ரிவிஷன் டெஸ்ட் எல்லாம் எழுதினா தான நல்ல மார்க் எடுக்க முடியும், ப்ளஸ் ஒன்ல நல்ல குரூப் செலக்ட் பண்ண முடியும்..." என்றாள் புவிதா.

"ம்ம்ம்... அல்ரெடி இந்த மந்த் டூ டேஸ் லீவு எடுத்துட்டா புவி அவ..." என்றாள் தூரி.
"எஸ்... ஆனா எனக்கு என்னமோ வேற எதுவும் பிராப்ளமா இருக்கு-மோனு தோணுது..." என்றாள் புவி.

"வேறென்ன இருக்க போகுது..." என்று யோசித்தாள் தூரி.

"அவ லவ் பண்றாள, அந்த பையன் வீட்ல ஏதோ அப்பப்ப பிரச்சனை பண்றாங்கனு சொல்லுவா டி அடிக்கடி..." என்றாள் புவிதா.

"இப்பவே பிரச்சனையா???... இன்னும் ஸ்கூல் கூட முடிக்கல! காலேஜ் எல்லாம் முடிச்சிட்டு எப்படி சேர்ந்து வாழ போறாங்க?! அதுக்கு தான் இந்த லவ்'வே பண்ணக்கூடாதுனு சொல்றாங்க. நமக்கும் கஷ்டம் நம்ம சுத்தி இருக்குற எல்லாருக்கும் கஷ்டம்.." என்றாள் தூரி.

"எல்லா லவ்வர்ஸும், எல்லா லவ்வும் அப்படி இருக்காது, இருக்க மாட்டாங்கனு நினைக்கிறேன்..." என்றாள் புவி.

"ட்ரிரிங்ங்.........." என ஒலித்தது பள்ளி மணி.

"சரி... பெல் அடிச்சிருச்சு... நாளைக்கு அவ வந்துடுவா எப்படியும், அப்ப கேட்டுக்கலாம் என்னன்னு.." என்று கூறிவிட்டு புவியை கூட்டிக்கொண்டு வகுப்பிற்கு விரைந்தாள் தூரி.

அன்றைய நாள் பள்ளி முடிந்து மாலை டியூசனிற்கு சென்றாள் அவள்.

"தூரி... உங்க அண்ணா உன்னை வேற எதுவும் கேட்கலையே நேத்தைக்கு நடந்ததை பற்றி?" என்று கேட்டாள் நிவி. "இல்ல நிவி, எதுவும் கேட்கல. ஆனா நேத்தைக்கு நிமலன்..." என்று ஆரம்பித்தாள் தூரிகை.

"நேத்தைக்கு நடந்தது எல்லாம் எனக்கு தெரியும். ராமும் நிமல் அண்ணாவும் பேசிட்டு இருந்ததை கேட்டேன். ஆனா, நேத்தைக்கும் நீ எதுவும் சொல்லாம போயிருக்க! ஏன் இப்படி நடந்துக்கிற? பிடிக்கலைனா அதை நேத்தைக்கு அந்த அண்ணா அவ்வளவு தூரம் பேசினப்போ சொல்லி இருக்கலாமே! ஒரு ஃபுல் ஸ்டாப் வச்ச மாதிரி ஆயிருக்கும் உங்க பிரச்சனைக்கு. நீ ஏன் சொல்லல? எனக்கு என்னமோ உனக்கு தெரியாம நீ நிமலன் அண்ணாவ விரும்புறனு தோணுது.." என்றாள் நிவி.

சட்டென, "அப்படி எல்லாம் ஒன்னுமில்ல" என்றாள் தூரி கோபமாக.

"அப்போ பிடிக்கலைனு சொல்லிரு தூரி. அத தான நாங்க எல்லாரும் உன்கிட்ட சொல்லிட்டு இருக்கோம் ரொம்ப நாளா. அப்புறம் உனக்கும் பிரச்சினை இல்ல, நிமல் அண்ணாவும் புரிஞ்சுபாங்க.." என்று

கூறினாள் நிவி.

"சொல்லத்தான் போறேன். நிமலன அடுத்து பார்க்கிறப்போ சொல்ல தான் போறேன் நான் நினைக்குறத.." என்று கூறினாள் தூரி.

நடந்தவை அனைத்தையும் அசை போட்டுக்கொண்டு அன்று டியூ-சன் முடிந்து வீட்டிற்கு நடந்து சென்று கொண்டிருந்தவளை தடுத்து நிறுத்தியது அந்த பக்கமாக வந்த பெர்ன் (fern) கலர் FZ-S பைக்.

18

பளீரென்று அடித்த பைக்கின் முன் விளக்கு வெளிச்சத்தில் கண்கள் கூசி தன் இடது கையை கொண்டு கண்களை மறைத்தாள் அவள். இரவு நேரத்தில் முழு நிலவு சிறிதே மேகத்திற்குள் மறைந்தாலும் ஒளி கொடுப்பது போல அவளின் முகம் அவள் விரல்களின் இடையே பளீ-ரென்று தெரிய, விரல் இடையே தெரியும் நட்சத்திரமாய் அவளிரு கண்-கள், மலை இடுக்குகளில் ஒளிரும் வெள்ளி நிற அருவியாய் மின்னும் அவளது மூக்கு, தேன்குடிக்க பறக்கும் தேனீக்களின் தேவதை பூவிதழ்-களாய் அவளிரு இதழ்களை கொண்டிருந்தவளை பார்த்து அப்படியே மெய்மறந்து போனான் வண்டியில் அமர்ந்திருந்த நிமலன்.

"ஏய் வந்த வேலைய பாருடா. எப்ப பார்த்தாலும் ட்ரீம்லேயே படம் வரையுறது. சே! எனக்குன்னு வந்திருக்கான் பாரு பிரண்ட்னு" என்று நிமலனின் திகைப்பில் இருந்து அவனை உசுப்பினான் அவனின் பின்-புறம் வண்டியில் அமர்ந்திருந்த ராம். வண்டியை அமர்த்திவிட்டு இரு-வரும் வண்டியில் இருந்து இறங்கினர். கைகளை எடுத்துவிட்டு யாரென பார்த்தவளின் எதிரே ஒலித்தது நிமலனின் குரல். "உங்ககிட்ட நேத்-தைக்கு எதுவும் தப்பா பேசி இருந்தா மன்னிச்சிடுங்க. உங்க அண்ணா திடீர்னு வந்தபோ உங்கள நினைச்சு நான் பயந்துட்டேன். என்னால உங்களுக்கு எதுவும் பிரச்சனை வந்திருக்குமோனு. எதுவும் ப்ராப்ளம் இல்லையே உங்க வீட்டில?" என்று அவளின் எதிரே நின்று விசாரித்-தான் நிமலன்.

அவன் கேட்பதற்கு பதில் அளிப்பதா இல்லை தான் நினைத்ததை கூறுவதா என்ற குழப்பத்தில் சிப்பிக்குள் முத்து எடுப்பது போல அவள் வாய் திறந்து அன்றுதான் வார்த்தைகள் வந்தன. "என் பின்னாடி வரா-தீங்க. எங்க வீட்ல இதெல்லாம் தெரிஞ்சா அவ்வளவுதான். நீங்க என்ன

லவ் பண்றீங்கனு தெரிஞ்சாலே எங்க அண்ணா என்ன பண்ணுவாங்கனு தெரியல. எனக்கு இந்த லவ்ல எல்லாம் நம்பிக்கை இல்ல" என்று அவள் சொல்லி முடிப்பதற்குள், "உங்க வீடு, உங்க நம்பிக்கை, அதெல்லாம் விடுங்க. உங்க அண்ணனுக்கு எல்லாம் எனக்கு பயம் இல்ல. உங்களுக்கு என்ன புடிச்சிருக்கா?" என்று கேட்டான் நிமலன். "எனக்கு உங்கள பிடி....." என்று அவள் நினைத்ததை சொல்லி முடிப்பதற்குள், "தூரி அங்க யார் கிட்ட பேசிட்டு இருக்க?" என்று தூரிகையின் பின்புறமாக வந்த ஆதியின் குரல் அதட்டலாக கேட்டது.

அவன் தூரிகையை நோக்கி நடந்து வந்து கொண்டிருந்தான். ஒரு நொடி செய்வதறியாது திகைத்துப் போனாள் அவள். நிமலனுக்கும் ஒரு வினாடி நெஞ்சம் படபடத்தது. அவனை நினைத்து அல்ல தூரிகையை நினைத்து. " இங்க என்ன பண்ணிட்டு இருக்க வீட்டுக்கு வராம?" என்று தூரிகையை முறைத்து கேட்டான் ஆதி. நிமலனும் ராமும் ஒருவரை ஒருவர் பார்த்துக் கொண்டனர்.

"அண்ணா... என்று அவள் ஆரம்பிக்க", "நீ வீட்டுக்கு கிளம்பு நான் வரேன்" என்று அவளை பேச விடாமல் தடுத்தான் ஆதி. "இல்லன்னா... நான்" என்று அவள் மறுபடியும் ஏதோ சொல்ல நினைக்க, அவளின் வாயடைத்து அவளை அனுப்பி வைத்தான். பயத்தில் உறைந்த அவள் நிமலனின் முகத்தை பார்த்துக் கொண்டே அவ்விடத்தை விட்டு நகர ஆரம்பித்தாள்.

அவள் அங்கிருந்து சென்றதும் நிமலனை பார்த்து "யார்டா நீ? உனக்கு இங்க என்ன வேலை?" என்று மிரட்டலாக கேட்டான் ஆதி. "ப்ரோ... நான் ராம், என் தங்கை நிவேதாவும் தூரிகையும் ஒரே டியூசன்ல் தான் படிக்கிறாங்க. இன்னைக்கு அவ டியூசன் வரல. அவளோட நோட்ட தூரிகை கிட்ட குடுத்து இருந்தா போல, அதை வாங்க தான் வந்தோம்" என்று நடுவில் நுழைந்து ஏதோ சமாளித்தான் ராம். "அப்படியா?! எங்க நோட்ட?" என்றான் ஆதி. "அத வாங்கறதுக்குள்ள தான் நீங்க வந்துட்டீங்களே ப்ரோ" என்று மழுப்பினான் ராம். நிமலன் எதுவும் கூறாமல் அமைதியாக நின்றிருந்தான். "உங்களை இன்னொரு தடவை இந்த ஏரியால பார்த்தேனு வைங்க, சும்மா அனுப்ப மாட்டேன். புரியுதா? கிளம்புங்க!" என்று மிரட்டினான் ஆதி. ராம் நிமலனை பார்த்து "டேய் வாடா போலாம்" என்று அவனைக் கூட்டி வண்டியில் சென்றான்.

"இவன் என்னடா மணி அடிச்ச மாதிரி நீ தூரிகைய பார்குறப்-போலாம் வந்து நிற்கிறான்!" என்று ஆதியைப் பற்றிக் கூறினான் ராம். எதுவும் கூறாமல் அமைதியாக அமர்ந்திருந்தான் நிமலன். "டேய் உன் கிட்ட தான் பேசுறேன்" என்று வண்டியை நிறுத்தினான் ராம். "என்னடா அவங்க அண்ணா பேசினது நினைச்சு பயந்துட்டியா?" என்று அவனைப் பார்த்து கேட்டான் ராம். "ஆமாண்டா" என்றான் நிமலன். "என்னடா சொல்ற?" என்ற ஆச்சரியித்தான் ராம். "பயமா தான் இருக்கு தூரிய எதுவும் திட்டிடுவாங்கலோனு!" என்றான் நிமலன். "அதான பார்த்தேன்! அதெல்லாம் ஒன்னும் இருக்காதுடா. பாத்துக்கலாம் வா.." என்று ஆறு-தல் அளித்தான் ராம். "ம்ம்.. உன் ஆள் கிட்ட பேசி தூரிகை வீட்டுக்கு போய் என்ன நடக்குதுன்னு கேட்டுச் சொல்ல சொல்றியா?" என்றான் நிமலன். "சரி டா... இப்பவே வேலுக்கு கால் பண்றேன்" என்று நிமலனி-டம் கூறிவிட்டு அவளுக்கு கால் செய்து விசயத்தை கூறினான் ராம்.

அவளும் தூரிகை வீட்டிற்கு சென்று விசாரித்தாள். "உன் பாடிகார்ட் எங்கடி?" என்று தூரியிடம் கேட்டாள் வேல். "யார் டி? அண்ணனா?" என்றாள் தூரி. "ஆமா ஆமா அவரேதான்!" என்றாள் வேல். "இப்போ தாண்டி வந்தான். அங்க என்ன நடந்துச்சுன்னு வேற தெரியலையே! ஒரே யோசனையா இருக்கு" என்றாள் தூரி. "அது அப்புறமா விசாரிக்க-லாம். உன்னை ஏதும் கேட்கலையே உங்க அண்ணா?" என்றாள் வேல். "என்ன எதுவுமே கேட்கலையே டி அதான் எனக்கு பயமா இருக்கு" என்றாள் தூரி. "ராமும் நிமலனும் நம்ம தெருவுக்கு முன்னாடி தான் நிக்குறாங்க. உனக்கு எதுவும் பிரச்சனையானு நிமலன் கேட்க சொல்லி இருப்பாங்க போல. எனக்கு ஃபோன் பண்ணி சொன்னான் ராம். அதான் நான் வந்தேன்" என்றாள் வேல்.

எதுவும் கூறாமல் அமைதியாய் நிமலனின் அக்கறையை நினைத்து வியந்தாள் தூரி.

"என்னடி அமைதியாகிட்ட?" என்று கேட்டாள் வேல். "இந்த லவ்வு எல்லாம் தேவையா டி? இப்ப பாரு பிரச்சனை வந்துருச்சு!" என்றாள் தூரி. "அதுக்கு எல்லாம் பயந்தா என்ன பண்றது? வீட்ல பொறுமையா புரிய வைக்கலாம்" என்றாள் வேல்.

"நீ இப்ப சொன்னதுமே ஞாபகம் வருது டி. நிவி பர்த்டே அன்-னைக்கு நீ ராம் அண்ணாவோட அம்மா அப்பாகிட்ட பேசினேல, அது என்ன ஆச்சு? என்று கேட்டாள் தூரி. "அன்னைக்கு என்ன தனியா

விட்டுட்டு போயிட்டு இப்போ எதுக்குடி கேக்குற சொல்ல முடியாது போ" என்றாள் வேல். "ஹே... சாரி டி.. அன்னைக்கு நடந்தது தான் உனக்கு தெரியுமே. அதை விடு, நீ சொல்லு" என்றாள் தூரி. "சும்மா பிரண்டா தான் இன்றோடியூஸ் பண்ணி வச்சான் ராம். பட் அவங்க அம்மாக்கு டவுட் தான் எங்க மேல. நல்லா தான் பேசினாங்க டி. டிகிரி முடிச்சுட்டு கல்யாணத்த பத்தி பேசணும்" என்றாள் வேல்.

"ஓ... அவ்வளவு தானா? நான் கூட நீங்க லவ் பண்றத பத்தி பேசிருபீங்களோனு நினைச்சேன்" என்றாள் தூரி. "இப்போ தான் பிளஸ் டூ முடிக்கப்போறோம் நாங்க ரெண்டு பேரும். இனி காலேஜ், ஜாப்னு இருக்கு. இப்பவே லுவ்வு கிவ்வுனு சொன்னா எல்லார் வீட்டுலயும் செருப்பும் விளக்கமாரும் தான் பறந்து வரும்" என்றாள் வேல் சிரித்துக்கொண்டே. "ஹா ஹா... ஆமா டி. அதுவும் சரி தான்" என்று சிரித்தாள் தூரி.

"சரி... உன்ன விசாரிக்கத் தான் வந்தேன். வீட்டுல அம்மா அப்பா தேடுவாங்க. ராமுக்கும் கால் பண்ணி சொல்லணும். பாவம்... நான் வரேன். அப்புறம் பார்ப்போம்" என்று கூறி விடைபெற்றாள் வேல்.

தூரிகையை பற்றி செய்தி கிடைத்ததும் நிம்மதியுடன் வீட்டிற்க்கு சென்றான் நிமலன். ஆனால், வேல்விழியை அனுப்பி வைத்த தூரிகைக்கு ஏனோ நிமலனின் நினைப்பாகவே இருந்தது.

மறுநாள் எப்பொழுதும் போல் பள்ளிக்குச் சென்றாள் தூரி. அன்று அவள் தோழி லாவண்யா வந்திருந்தாள். அன்றைய உணவு இடைவேளையில் உணவருந்திக்கொண்டே "என்ன ஆச்சு? ஏன் இத்தன நாளா வரல நீ? ஃபோன் பண்ணாலும் எடுக்கல?" என்று அவளை வினவினாள் தூரி. புவிதாவும் மற்ற நண்பர்களும் சுற்றி அமர்ந்திருந்தனர்.

"ஒன்னும் இல்ல டி. சிவா வீட்ல எங்க லவ் மேட்டர் தெரிஞ்சு பிரச்சினை பண்றாங்க. என்ன கூட ரொம்ப அசிங்கமா பேசினாங்க அவங்க அம்மா அப்பா எங்க தெருவுல நின்னுட்டு" என்று அழுதாள் லாவண்யா. "நான் அன்னைக்கே சொன்னேன்ல தூரி இதான் பிரச்சனைனு" என்றாள் புவிதா. "லாவண்யா இப்போ எதுக்கு அழுற? நீ தான சிவா நல்லவர்னு சொன்ன அப்புறம் என்ன? அவர் எதும் சொல்லலயா?" என கேட்டாள் தூரி.

"இல்ல டி.. அவன் அப்போ வேலைக்கு போய்டான். அவன் இல்லா-

தப்போ தான் பிரச்சனை. தெரிஞ்சா இப்படி பேச விற்றுக்க மாட்டான் அவங்க அம்மாவ" என்றாள் லாவண்யா. "தென் வாட்? லீவ் இட். டோண்ட் ஃபீல். ஏவெரிதிங் ஹேப்பென்ஸ் ஃபார் எ ரீசன்" என்று அவளை தட்டிக்கொடுத்தாள் தூரி. "ம்ம்ம... நான் சிவாவை நம்புறேன். என்னை எப்பவும் விட்டுட்டு போக மாட்டான் அவன்" என்று கண்ணீ-ரைத் துடைத்துக் கொண்டே சிரித்தாள் லாவண்யா. "உனக்கு நம்பிக்கை இருக்குல அப்புறம் என்ன? ஸ்டே ஸ்ட்ராங்! பப்ளிக் எக்ஸாம் வந்துட்டு இருக்கு, லீவு எடுக்காத இனிமே. இப்போ ஸ்டடீஸ் ல கான்சென்றேட் பண்ணு" என்று அறிவுரை கூறினர் தூரி மற்றும் தோழிகள்.

"சரி... உன் டியூசன் பையன் என்ன ஆனான்? நோ சொல்லிட்-டியா?" என்று கேட்டனர் தோழிகள். சிரித்துக்கொண்டே "அதைப் பற்றி இன்னொரு நாள் பேசுவோம். இப்பவே பெல் அடிக்கப் போறாங்க" என்றாள் தூரி. "ஹே... எதோ சரி இல்லையே!" என்று களாய்த்தனர் தோழிகள். "அய்யோ இப்போ பிசிக்ஸ் ஆத்தா பீரியட் டி. சீக்கிரம் சாப்-பிடுங்க, பெல் கூடையே சேர்ந்து நடந்து வந்துடுவாங்க அந்த மிஸ்சு" என்றாள் சக தோழியான ரிஸ்வானா.

பள்ளி முடிந்து ஊருக்கு வந்து இறங்கியவள் அன்றைக்கு தன் ஸ்கூட்டியை எடுத்து வராததால் வீட்டிற்கு செல்ல சிற்றுந்திற்காக காத்-துக் கொண்டிருந்தாள் தூரிகை. சக பயணிகளும் காத்துக்கொண்டிருந்-தனர். வெகுநேரமாக சிற்றுந்து வராததால் தனது பள்ளி மூட்டையை அங்கிருந்த வேப்ப மரத்தின் அடியில் வைத்து விட்டு உணவு பையை மட்டும் கையில் பிடித்தபடி நின்று கொண்டிருந்தாள்.

"அஞ்சரை மணிக்கு வர வேண்டியவன் ஆறு மணிக்கு வரான் பாரு ஆடி அசஞ்சுக்கிட்டு!" என்று அங்கிருந்த சக பயணி ஒருவர் சிற்றுந்-தின் ஓட்டுனரை திட்டிக்கொண்டே வண்டியில் ஏற, அனைவரும் முந்-திக்கொண்டு ஏறினர். அவர்களுடன் சண்டை போட்டுக்கொண்டு ஏற முடியாமல் தன் பைகளிரண்டையும் கையில் பிடித்துக்கொண்டு முட்டி மோதி முனங்கியபடியே சிற்றுந்தின் முதல் படியில் கால் வைத்து உள்ளே செல்ல முயன்றாள் தூரி. வண்டி சிறிதே நகர, தன் கை பிடி நழுவி பள்ளிப்பை உருண்டு கீழே விழுந்தது.

"ஐயோ! என் பேக் விழுந்துடுச்சு, கொஞ்சம் வண்டியை நிப்பாட்டுங்க ப்ளீஸ்!" என்று அவள் கதற, விழுந்த பையை தூசிதட்டி தன் கையில் எடுத்துக்கொண்டு ஓடும் வண்டியில் ஏறி, "நீங்க உள்ள போங்க நான்

பேக்கை பிடிச்சுக்குறேன்" என்றான் நிமலன். "ஏப்பா படியில யாரும் நிக்காதீங்க! உள்ள ஏறி வாங்க!" என்று சீழ்க்கை அடித்துக்கொண்டே "போட்டும் போட்டும்" என்றார் சிற்றுந்தின் நடத்துனர்.

பையுடன் உள்ளே நுழைந்து முன்னே நின்று கொண்டிருந்தவளின் அருகில் சென்று நின்று கொண்டான் நிமலன். "இந்தாங்க உங்க பேக்..." என்று அவளது பையை அவன் நீட்ட "தேங்க்யூ..." என்று சொல்லி அவள் பெற்றுக் கொள்ளும்போது சடன் பிரேக் அடித்து ஓட்டுனர் சிற்றுந்தை நிறுத்த, அனைவரும் ஒரு அடி முன்னே தள்ளப்பட, நிமலனும் முன்னே தள்ளப்பட்டான்.

தூரிகையின் ஒரு கையிலிருந்த பை தவறிக் கீழே விழ, சிற்றுந்தின் பில்லரை பிடித்திருந்த அவளது மறு கையும் பிடியிலிருந்து விடுபட பின்னோக்கி கீழே விழப்போனவளின் வலக்கையை பிடித்து அவளை தன் பக்கமாக முன்னோக்கி இழுத்தான் நிமலன். இருவருக்கும் மூச்சு விடும் அளவு மட்டுமே இடைவெளி இருக்க இருவரின் கண்களும் ஒன்றை ஒன்று சந்தித்துக் கொண்டு நர்த்தனம் ஆடின. அன்றே நிமலனின் கண்களை நேராக நிமிர்ந்து பார்த்தாள் அவள். பதற்றமும் திகைப்பும் நிறைந்த தன்னவளின் கண்களை அவ்வளவு அருகில் பார்த்த அவனுக்கு அவளது கருவிழிகள் வெள்ளை குவளை மலரில் தேன் குடிக்கும் தேனீக்கள் போல மிகவும் ரம்யமாக காட்சியளித்தன. தன் தாரகையின் தாரையில் மூழ்கியிருந்த அவனை உசுப்பியது அந்த ஆணின் குரல்!

19

'நிமலா!' என்று நிமலனை பார்த்து அதிர்ச்சியில் அழைத்தார் அதே சிற்றுந்தில் பயணித்திருந்த நிமலனின் தந்தை **தங்கன்.** ஒரு நிமிடம் எங்கேயோ கேட்ட குரல் போல் இருக்கிறதே என்று சிந்தித்து தன்னவளின் கைகளை விடுத்து நிமிர்ந்து பார்த்தவனுக்கு தங்கனின் கோவமான முகம் சற்று நடுக்கத்தை ஏற்படுத்தியது.

'அப்பா...' என்று அவன் அழைக்க தூரிகையும் அவரை எதிர்நோக்கினாள். அவளை மேலும் கீழுமாய் பார்த்துவிட்டு "என்ன டா பண்ற இங்க வீட்டுக்கு போகாம? யார் இந்த பொண்ணு?" என்று கோபத்துடன் நிமலனை வினவினார் அவர்.

"அப்பா நீங்க எப்படி இங்க? நான் வீட்டுக்கு வந்து பேசுறேன் பா ப்ளீஸ்..." என்று கெஞ்சினான் அவன். தன் கோபத்தை அடக்கிக்கொண்டு "இப்போவே வீட்டுக்கு வரணும் புரியுதா?" என்றார் அவர் மிரட்டலாக. "சரி பா" என்று சொல்லி அடுத்த நிறுத்தத்தில் தன் தந்தையுடன் இறங்கிய அவன் தூரிகையின் கண்களை பார்த்துக்கொண்டே எதுவும் சொல்ல முடியாமல் தவித்தான். அவளும் என்ன நடக்கிறதென்பதை புரிந்துகொண்டு மௌனமாக நிமலனை நோக்கினாள்.

சிற்றுந்து கடந்தது.

"அடியே **கல்யாணி** உன் மவன் இன்னைக்கு என்ன காரியம் பண்ணிருக்கான் தெரியுமா? நாம வளத்ததுல தான் டி தப்பு" என்று வீட்டினுள் நுழையும் பொழுதே கத்திக் கூச்சலிட்டுக் கொண்டிருந்தார் தங்கன். அம்மியில் மாங்காய் மிளகாய் தட்டிக்கொண்டிருந்த நிமலனின் தாய் கல்யாணி "ஏன் யா இப்போ இப்படி கத்துற? அப்படி அவன் என்ன செஞ்சான்? அத முதல்ல சொல்லு!" என்றாள் கைகளை கழுவிக்கொண்டே.

"அப்பா !!! ஏன் பா? என்ன நடந்துச்சுன்னே தெரியாம ஏன் பா இப்படி கத்துறீங்க?" என்றான் நிமலன். "டேய்... நீ சொல்லு என்னனு" என்றாள் கல்யாணி நிமலனை பார்த்து. "அம்மா...." என்று அவன் சொல்ல ஆரம்பிக்க, "ஏய் அவன் மினி வண்டில ஏதோ ஒரு பொண்ணு கைய புடிச்சு நின்னுட்டு இருந்தான் டி. நான் தான் போய் அய்யாவ தட்டி கூப்டேன்." என்றார் தங்கன் இடையில் நுழைந்து.

"என்னய்யா சொல்ற? எனக்கு அப்போவே சந்தேகம் வந்துச்சு இவன் அந்த ராம் பயலோட அடிக்கடி வெளில போறானேன்னு. இன்-னைக்கு தான தெரியுது! ஏன் டா எங்க தலைல இப்படி மன்ன வாரி கொட்டவா உன்ன மெட்ரிகுலேசேல படிக்க வைக்குறோம்?" என்று கல்-யாணியும் புலம்ப ஆரம்பித்தாள்.

"ஐயோ! ஏன் இப்படி நா சொல்றத கேட்காம ரெண்டு பேரும் உங்க பானிலியே கத்திட்டு இருக்கீங்க? பஸ்ல என் பக்கத்துல அந்த பொண்ணு நின்னுட்டு இருந்துச்சு, சடன் பிரேக் போட்டுட்டான் டிரைவர். அதுல அந்த பொண்ணு கீழ விழ போச்சேன்னு கைய புடிச்சு தூக்கி-விட்டேன் இவர் பார்த்துட்டார். அவ்ளோதான் மா நடந்துச்சு." என்று வாய்க்கு வந்ததை சொல்லி மழுப்பினான் நிமலன்.

"அதான! என் பிள்ளை இப்டிலாம் பண்ணாதுனு எனக்கு முன்னா-டியே தெரியும். நீ ஏதாவது உளராதயா!" என்று தங்கனை குறை சொல்-லிவிட்டு வீட்டு வேலையை பார்க்க போனவள் மறுபடியும் வந்து "ஆமா நீ ஏன் டா அந்த பஸ்ல போன? உனக்கு என்ன வேலை?" என்று நிமலனை பார்த்து கேட்டாள் கல்யாணி. "ஐயோ! பாயிண்ட் ஆஹ் புடிச்சுட்டாங்களே என்ன சொல்றது!!" என்று தனக்குள்ளேயே புலம்பிக்-கொண்டு "ஏம்மா இப்படி கேள்வியா கேட்குறீங்க? ப்ரெண்ட பார்க்க போனேன்." என்று சொல்லி சமாளித்தான் அவன். "அப்படியா! சரி சரி.." என்று சொல்லி மறுபடியும் அம்மியில் அரைக்க சென்றாள் கல்-யாணி.

இவை அனைத்தையும் வேடிக்கை பார்த்துவிட்டு "ஒன்னும் சரி இல்-லப்பா, பார்த்துக்கோ."என்று நிமலனிடம் கூறிவிட்டு தன் வேலையை செய்ய ஆரம்பித்தார் அவனின் தந்தை. கண்களை உருட்டிக்கொண்டு எதுவும் தெரியாதது போல் இருந்தான் நிமலன்.

வண்டியில் இருந்து இறங்கி வீட்டிற்கு நடந்து சென்று கொண்டி-ருந்தபொழுது அன்று சிற்றுந்தில் நடந்தவை அனைத்தும் தன் மனதில்

அசைபோட்டுக்கொண்டே வீட்டை சென்றடைந்தாள் தூரிகை. அவளை அறியாமலே அவள் மனம் நிமலனை பற்றியே சிந்தித்தது. அவளுக்கு அது விசித்திரமாகவே இருந்தது. மறுபுறம் படிப்பில் கவனம் செலுத்த வேண்டும் என்று தனக்குள் கூறிக்கொண்டு பாட புத்தகத்தை புரட்டிக்-கொண்டிருந்த அவளின் செவிகளில் கதறிக்கொண்டு அழும் பெண்ணின் அழுகுரல் மிக அருகில் ஒலித்தது. ஒரு நிமிடம் 'பகீர்' என ஆனது அவளுக்கு.

குடு குடுவென வாயிற் கதவை நோக்கி ஓடினாள் ஓர் பேர் அதிர்ச்சி காத்துக்கொண்டிருப்பதை அறியாமல்.

20

கண்ணீரும் கம்பலையுமாக தனது தோழி வேல்விழி நிற்க, "நீயும் என்ன ஏமாத்திட்டியே டி தூரி" என்று கதறிக்கொண்டு வேல்விழியின் தாய் **அன்னம்** தூரிகையை நோக்கி வந்தாள்.

ராஜனும், மல்லிகையும் செய்வதறியாது ஒருவரை ஒருவர் பார்த்துக்-கொள்ள ஆதியும் குழப்பத்தில் ஆழ்ந்தான். "ஏய், நிறுத்து அன்னம் எதுக்கு இப்படி தேவையில்லாம ஏதேதோ சொல்லிகிட்டு இருக்க? என்ன நடந்துச்சு? ஏன் உன் பொண்ணு இப்படி அழுது வடிஞ்சு நிக்குறா?" என கேட்டாள் மல்லிகை.

"என்னனு சொல்றது மல்லி.... இந்த நாசகாரிய படிக்க அனுப்பினா எவனோ ஒருத்தன விரும்பிட்டு வந்து நிக்குறா! அவர் அங்க இடிஞ்சு போய் உக்கந்துறுக்காரு! அந்த பையன் தூரியோட டியூசன்ல தான் படிக்குறானாமே, அப்போ அவளுக்கு தெரிஞ்சிருக்கும்ல. என்கிட்ட ஒரு வார்த்தை முன்னமே சொல்லிருந்தா நா இவள இந்த அளவுக்கு விட்டி-ருக்க மாட்டேனே. இப்போ நா என்ன செய்வேன்!" என்று தன் தலை-யில் அடித்துக்கொண்டு அழுதாள் அன்னம்.

அதை கேட்டதும் தூக்கிவாரிப்போட்டது தூரிகைக்கு. மல்லிகையும் ராஜனும் அவளை கேள்விக்குரியுடன் பார்த்தனர். ஆதி அவளை பார்-வையிலேயே கொன்றுவிடுவது போல முறைத்துப் பார்த்தான்.

அவள் செய்வதறியாமல் தன் தோழியைப் பார்த்தாள். எதையும் சொல்லிவிட வேண்டாமென்று கண்ணசைத்தாள் வேல்.

"தூரி என்ன நடக்குது இங்க? உனக்கும் இதுக்கும் சம்மந்தம் இருக்கா? அவங்க சொல்றது உண்மையா?" என கோபத்துடன் வினவி-னாள் மல்லிகை.

உண்மையை சொல்வதா இல்லை தோழியைக் காப்பாற்ற பொய் கூறுவதா என்று திணறிப்போனாள் தூரி.

"உன்ன தான கேக்குறாங்க பதில் சொல்லு!" என்று அதட்டினான் ஆதி. அவள் பயந்துகொண்டே கண்களில் கண்ணீருடன் "இது பத்தி எனக்கு எதுவும் தெரியாது மா" என்றாள். "உனக்கு தெரியாம எப்படி இருக்கும் உன் டியூசன் தானாமே அந்த பையன் அப்புறம் எப்படி தெரியாம போகும்?" என மீண்டும் கத்தினான் ஆதி.

"எனக்கு தெரியாது அண்ணா" என்றாள் அவள் மீண்டும் அழுத்தமாக. "அவளை எதுக்கு ஆதி கத்துற? அவளுக்கு தான் தெரியாதுனு சொல்றாள. தூரி நீ உள்ள போ டா" என்று கூறி அவளை உள்ளே அனுப்பிய ராஜன், "இதோ பாரு அன்னம் உன் பொண்ண போட்டு அடிக்காம அவளுக்கு நல்ல புத்தி சொல்லு கேட்டுக்குவா. நீ இப்படி போட்டு அவள அடிச்சா இந்த வயசுல அவ வேற எதுவும் முடிவு எடுத்துட்டா நஷ்டம் பெத்தவங்களுக்கு தான? யோசிச்சு நடந்துக்கோங்க. இப்போ வீட்டுக்கு கிளம்புங்க ரெண்டு பேரும்." என்று அறிவுரை வழங்கினார்.

"அவர் சொல்லுறது தான் சரி அன்னம். ஊர் உலகத்துல பண்ணாததா உன் பொண்ணு பண்ணிடா? அவ நல்ல பொண்ணு எதோ வயசு கோளாறுள பழகியிருப்பா. புத்திமதி சொல்லி அவள தேத்த பாரு" என்று எடுத்துரைத்தாள் மல்லிகை. "சரி" என்று தலை அசைத்துவிட்டு தன் மகளை கூட்டிக்கொண்டு வீட்டிற்கு திரும்பினாள் அன்னம்.

"தூரிய இனிமே அந்த டியூசனுக்கு அனுப்ப வேண்டாம் மா... எனக்கும் சரியா படல அவ போறது" என்று சராசரி அண்ணனுக்கு உரிய காட்டத்தை காண்பித்தான் ஆதி. "முட்டால் மாதிரி பேசாத டா தம்பி. படிச்சு இருந்தும் இப்படி பேசுறியே! தூரி என் பொண்ணு, என்ன மீறி எதுவும் செய்ய மாட்டா. அவ எப்போவும் போல இருக்கட்டும். விடுங்க. இந்த பிரச்சனையை இத்தோட முடிச்சுட்டு வீட்டுக்குள்ள வாங்க" என்று கூறினார் ராஜன்.

"அப்பா சொல்றதும் சரி தான ஆதி. நீ தேவை இல்லாம குழப்பிக்காத. அவ மேல எனக்கு நம்பிக்கை இருக்கு" என்றாள் மல்லிகை. இவை அனைத்தையும் உள்ளிருந்து கேட்டுக்கொண்டிருந்த தூரிகைக்கு பெற்றோர்கள் தன் மேல் வைத்துள்ள நம்பிக்கையை நினைத்து பெருமிதம் கொண்டாள்.

மறுநாள் டியூசனில் நிவேதாவை சந்தித்து நடந்தவை அனைத்தையும் கூறி வேல்விழியை நினைத்து வருந்தினாள் தூரி. "என்ன தூரி சொல்ற? அதான் நேத்துல இருந்து அண்ணி மெசேஜ் பண்ணலனு சொல்லிட்டு இருந்தானா ராம்! இது அவனுக்கு தெரிஞ்சா ரொம்ப வருத்தப்படுவான்" என்று சொல்லி டியூசன் முடித்து வீட்டுக்குச் சென்று தன் அண்ணனிடம் அனைத்தையும் ஒப்பித்தாள்.

"ஐயோ! என்ன சொல்ற? என் கூட ஃபோன்ல பேசுறப்போ உடனே கட் ஆகிடுச்சு அப்போ தான் அவங்க வீட்ல வந்துறுப்பாங்கனு நினைக்கிறேன். வேற எதுவும் பிரச்சனையா? தூரி எதுவும் சொன்னாளா?" என்று பதற்றத்துடன் கேட்டான் ராம். "இல்ல டா.... அவள அடுத்து பார்க்கவே இல்லையாம். இன்னைக்கு அவங்க ஸ்கூல் கூட போன மாதிரி தெரியலனு சொன்னா தூரி. ஃபோன் வேற இப்போ யார்கிட்ட இருக்குன்னு தெரியலையே" என்றாள் நிவி. அவங்க அப்பா அம்மா நம்ம வீடு மாதிரி இல்ல. அவள படிக்க விடாம பண்ணிடாங்கனா? எனக்கு இப்போ பண்றதுனே தெரியலையே!" என்று புலம்பினான் ராம்.

அன்றைய நாள் குழப்பத்திலேயே முடிந்தது. இரண்டு மூன்று நாட்கள் கடந்தன. வேல்விழியைப் பற்றி எந்த தகவலும் யாருக்கும் தெரியவில்லை. அவளின் வீடும் இரண்டு நாட்களாக பூட்டியே கிடந்தது. எவ்வளவு முயன்றும் அவளை தொடர்புகொள்ள முடியவில்லை. அவ்வப்போது தூரிகையிடம் அவளை பற்றி விசாரித்துக் கொண்டிருந்தான் ராம். பன்னிரெண்டாம் வகுப்பு பொதுத்தேர்வுக்கு இன்னும் இரண்டு நாட்களே இருந்தது.

திங்கட்கிழமை அன்று காலை எப்பொழுதும் போல் பள்ளிக்குக் கிளம்பினாள் தூரி. தன் தோழி வேல்விழியின் வீடு ஆள் நடமாட்டத்துடன் ஆரவாரமாக தென்பட்டது. அவள் என்னவென்று சற்று விலகி நின்று கவனித்தாள். வீட்டின் வெளியும் உள்ளும் ஆட்கள் நடமாடிக்கொண்டிருந்தனர்.

அதில் இரண்டு பெண்கள் வீட்டினுள் யாரையோ பார்த்து "மாப்பிள்ளை கைய பிடிச்சு வா டி. இதுல என்ன வெட்கம்?" என்று கேலியாக சொல்லி சிரித்தனர். யாரை பற்றி கூறுகிறார்கள் என்று குழம்பிப்போன தூரிகையின் தேடலுக்கு பதிலாய் "பளீரென இருக்கும் மஞ்சள்நிற புடவையில், புதுமணப் பெண்ணாக கழுத்தில் மஞ்சள் நிற கயிற்றுடன் தனக்கு முற்றிலும் பொருத்தம் இல்லாத மாப்பிள்ளையுடன் கைக்-

கோர்த்து கண்களில் நீர் வழிய தன் உயிர்த் தோழியை எதிர்கொள்ள துணிவில்லாமல் தூரிகையை நிமிர்ந்து பார்த்தாள் வேல்விழி.

அவளை அப்படி ஒரு கோலத்தில் வேறொருவருடன் காண்கையில் செய்வதறியாது போனது தூரிகைக்கு. பேச வார்த்தைகள் இன்றி, தன் மௌனத்தையும் கண்ணீரையும் பதிலாய் தந்தாள் வேல்விழி. என்ன நடந்ததென கேட்க சரியான நேரமாய் அது அமையவில்லை. இனி என்ன நடந்ததென கேட்டாலும் எதுவும் மாறவும் போவதில்லை என்பதை புரிந்துகொண்டு தன் கண்களில் வழியும் நீரை துடைத்துவிட்டு தன்னுயிர்த் தோழியை எதிர்கொள்ளாமல் அவளை கடந்து சென்றாள் தூரி.

21

"நா தான் டா அவசரப்பட்டுட்டேன் வேல்விழி விசயத்துல. அவ ஒரு வாரத்துக்கு முன்னாடி கூட சொன்னா ஃபோன் யூஸ் பண்றது, அடிக்கடி நாங்க பார்த்து பேசிக்குறது எல்லாம் அவங்க வீட்ல சந்தேகத்தை கிளப்புதுனு. அப்போவே யோசிச்சிருக்கணும். அவங்க வீட்ல இவளோ தூரம் சீரியஸா முடிவெடுப்பாங்கனு நா கொஞ்சம் கூட நினைகல நிமலா! அதை விட பாவம் என்னால அவ ஸ்டடீஸ் இப்போ கேள்விக்குறியாக ஆகிடுச்சு" என்று தனக்குள் இருந்த குமுறல்களை தன் நண்பனிடம் கொட்டித் தீர்த்தான் ராம்.

"கவலைப்படாத. யாரும் இப்படி நடக்கும்னு யோசிக்கல ரொம்ப ஸாக்கிங்கா இருந்துச்சு கேட்டதும். பட் எல்லாம் சரி ஆகும் டா. நீ இப்படியே இருக்காத. இதுல இருந்து வெளில வா. பழகினது கொஞ்ச நாளாக இருந்தாலும் முதல் காதலுக்கு எப்போவும் வலி அதிகமா இருக்கும்னு சொல்லுவாங்க! பப்ளிக் வருது டா இன்னும் ரெண்டு நாள்ல. விட்டுடாத. இனி தான் உன் லைஃப்ஏ இருக்கு" என்று தன் நண்பனை முடிந்தவரை தேற்றினான் நிமலன்.

பன்னிரெண்டாம் வகுப்பு பொதுத்தேர்வு தொடங்கியது. தூரியும் நிவியும் எப்பொழுதும் போல டியூசன் சென்று வந்து கொண்டிருந்தனர். நிமலனை பற்றிய சிந்தனைகளும் அடிக்கடி அவளை சீண்டிக்கொண்டிருந்தது. ராமும் நிமலனும் தேர்வில் மும்முரமாக இருந்தனர். ஆனால் எந்நிலையிலும் தன்னவளை கானத்தவரவில்லை நிமலன். அவள் பள்ளிக்குச் செல்லும் பொழுதோ, திரும்பி வரும் பொழுதோ, பேருந்து நிறுத்தத்திலோ, பயிற்சி வகுப்புக்கு சென்று வரும்பொழுதோ எப்பொழுது முடிகிறதோ அப்பொழுதெல்லாம் தூரிகையை பார்த்துவிடுவான் அவன் அவளுக்கு தெரியாமலே.

"நீ என்ன மாதிரி இல்லாம இப்படி நிதானமா இருக்கிறதே கரெக்ட் டா. இல்லனா தேவை இல்லாம பிரச்சினை வரும் எனக்கு நடந்த மாதிரி" என்று பள்ளி முடிந்து வீடு திரும்பும்போது பேருந்தில் அமர்ந்து-கொண்டு ராம் நிமலனிடம் கூறினான்.

"ம்ம்.... ஆமா டா. இப்போ அவசரப்பட்டா லைஃப் போய்டும் ரெண்டு பேருக்கும். அண்ட் அவங்களுக்கும் யோசிக்க டைம் வேணும் நம்பிக்கை வரதுக்கு டைம் எடுக்கும் அப்போ எடுக்குற டெசிசன் தான் ஸ்ட்ராங்கா இருக்கும்" என்று தன் மனதில் இருக்கும் தெளிவான கருத்தை புரிய வைத்தான் நிமலன்.

"கரெக்ட் நிமலா... இந்த ஏஜ்ல லவ் பண்ணிட்டதால என்னால நீ சொன்ன மாதிரி ஸ்ட்ராங்கா எதுவுமே பண்ண முடியல. வேலைக்கு போய் இருந்தா கூட போய் பேசலாம். எல்லாம் டக்குனு கனவு மாதிரி முடிஞ்சுபோச்சு என்னோட முட்டால் தனத்தால. இனி என்ன செய்ய முடியும் என்னால?" என்றான் ராம்.

அவனிடம் பேச்சை மாற்றுவதற்காக "ஆமா டா, டென்த் பப்ளிக் எப்போ? நமக்கு இன்னும் மூணு எக்ஸாம் தான இருக்கு! இப்போ அவங்களுக்கும் ஸ்டார்ட் ஆகிடுமே கொஞ்ச நாள்ல" என்றான் நிமலன். "ஆமா... இன்னும் ஒரு வாரம் இருக்குனு நிவி சொல்லிட்டு இருந்தா. தூரிகைய பார்த்து பேசுனியா அடுத்து எபோவாது?" என்று கேட்டான் ராம். "நோ... எக்ஸாம் முடிச்சிட்டு நேர்ல ஒரு தடவ பார்க்கணும். அடுத்து காலேஜ் ஸ்டார்ட் ஆகிடும். சோ, டச்ல இருக்க முடியாது. இந்த ஒரு வருசத்துல ஒரு தடவ கூடவா என்ன அவங்களுக்கு பிடிக்காம போயிருக்கும் அவங்களுக்கு!" என்றான் நிமலன். "சான்ஸஸ் இருக்கு டா" என்று ராம் கூற இருவரும் பேசிக்கொண்டே அவர் அவர் வீட்டைச் சென்றடைந்தனர்.

தூரிகையும் பொதுத்தேர்வுக்காக தன்னை தயார்ப்படுத்தி கொண்டி-ருந்தாள். "டியூசன் இன்னையோட முடியுதே தூரி.. நெக்ஸ்ட் எக்சாம்ஸ் முடிச்சிட்டு தான நாம மீட் பன்ன முடியும்?" என்றாள் நிவி கணக்கு புத்தகத்தை புரட்டிக்கொண்டே. "ஆமா நிவி. எப்போ முடியும்னு இருக்கு" என்றாள் தூரி. "கால் பண்ணு அடிக்கடி. எக்ஸாம்ஸ் முடிச்-சுட்டு பார்போம்" என்று நிவி கூறிக்கொண்டே அவர் அவர் வீட்டுக்கு கிளம்பினர் இருவரும்.

நான்கு நாட்கள் கழிந்தது. பத்தாம் வகுப்பிற்கான ஆசிரியை பள்ளியில் தேர்வு நுழைவுச்சீட்டு வழங்கிக்கொண்டிருந்தார். மாணவிகள் அனைவரும் வரிசையில் நின்று வாங்கிக்கொண்டனர். "லாவண்யா....???" என்று ஆசிரியர் அழைக்க "அவ இன்னைக்கு வரல மிஸ் லீவு" என்று தூரியின் சக தோழியான ரிஸ்வானா கூறினாள்.

"இவ என்னடி இப்படி பண்றா? என்ன தான் பிரச்சனை இன்னும்?" என்று தூரி லாவண்யாவை பற்றி புவிதாவிடம் கேட்டாள். "சேம் பிராப்ளம் தான் போல! அந்த பையன் வீட்ல எதோ பிரச்சனை பண்றாங்கனு சொன்னாள அல்ரெடி! அவளால ஹேன்டில் பன்ன முடியல போல டி" என்றாள் புவிதா. "முடியலனா விட்டுற வேண்டியது தான? ஏன் இந்த வயசுல இப்படி பிரஸர் பண்ணிக்கணும்?" என்று புலம்பினாள் தூரி. "நாளைக்கு வந்துடுவா எப்போவும் போல. கேட்போம் என்ன ஆச்சுன்னு!" என்றாள் ரிஸ்வானா.

அனைவருக்கும் பொதுத்தேர்வுக்காக பாட புத்தகங்களை புரட்டிக்கொண்டனர்.

அன்று தன் கடைசி பரீட்சையை முடித்துவிட்டு தூரிகைகாக அவளை எதிர்நோக்கி அவளின் பள்ளிக்கு எதிரே இருக்கும் தேநீர் கடையில் காத்துக்கிடந்தான் நிமலன் தன் சக நண்பர்களுடன். பள்ளி மணி அடித்து அனைத்து மாணவியரும் கிளம்பி சாரை சாரையாக போய்க்கொண்டிருந்தனர்.

தூரிகையும், தன் தோழிகள் புவிதா மற்றும் ரிஸ்வானாவுடன் பள்ளி வாயிலை கடந்து வந்து கொண்டிருக்க, அந்த களைப்பிலும் மாலையில் பூக்கும் வெண்ணிற பூவை போல் மலர்ச்சியாக காட்சியளித்தாள் அவள் அவன் கண்களுக்கு. அவனின் சிந்தனையை களைக்கும் வண்ணம் அவனின் சக நண்பன் ஒருவன் "டேய் நிமலா" என்றழைக்க அவள் சட்டென திரும்பிப் பார்த்தாள்.

அங்கே நிமலன் தன் நண்பர்களுடன் நின்றிருப்பதை பார்த்த அவளுக்குள்ளும் ஒரு இனம் புரியாத உணர்வு தோன்றியது. பயமும் பதற்றமும் நடுக்கமும் நானமும் சேர்ந்து தாக்கியது அவளை. அவனை பார்த்தவுடன் தலை கவிழ்ந்தாள் அவள். அதை கண்டதும் ஏதோ ஒன்றை சாதித்துவிட்டது போல உணர்வு நிமலனுக்குள். அவன் திகைப்பிலும் மகிழ்ச்சியிலும் ஆழ்ந்தான்.

தன் தோழிகளின் கரங்களை இருகப் பற்றிக்கொண்டு "ஏய் நிமலன் டி. நா டியூசன் பையன பத்தி சொல்லிருக்கேன்ல, இங்கேயே வந்துட்டான் டி!!" என்று அவள் முணுமுணுக்க தோழிகள் இருவரும் "எங்க டி? எங்கனு சொல்லிட்டு பேசு" என்றனர் ஆர்வம் தாங்காமல். "அதோ, டீ கடைல நிக்குறானே ஒரு கிரே ஹாஃப் ஹேன்ட் ஷர்ட், ரெண்டு பசங்களுக்கு நடுவுல ஹைட்டா இருக்கானே அவன் தான்" என்றாள் தூரி. "ஹே.... நல்லா இருக்கான் டி" என்றனர் அவர்கள் இருவரும் நிமலனைப் பார்த்துவிட்டு. "ஏன் டி நின்னுட்டே இருக்கீங்க நடந்து வாங்க" என்று சொல்லித் தன் தோழிகளை கூட்டிக்கொண்டு அவள் பேருந்து நிறுத்தத்தை நோக்கி நகர்ந்தாள்.

நிமலனும் அவனை பின் தொடர்ந்தான். "வரான் டி பின்னாடியே, எங்களுக்கு ஆட்டோ இருக்கு நாங்க கிளம்புறோம். நீ பத்திரமா போயிட்டு வா" என்றாள் ரிஸ்வானா. "ஹே தூரி நாளைக்கு வந்து சொல்லு என்ன நடந்துச்சுன்னு" என்று கேலி செய்துவிட்டு கிளம்பினாள் புவிதா.

"மச்சா... உன் ஆள் என்ன டா திரும்பிக் கூட பார்க்க மாட்டேங்குது?" என்றான் நிமலனின் சக நண்பன். "இன்னொரு தடவ ஆள் அது இதுன அவ்ளோதான் சொல்லிட்டேன்" என்று அவனை திட்டினான் நிமலன். "இந்த லவ்வு வந்துடாலே இப்படி மாறிடுரானுங்க இவனுங்க!" என்று களாய்த்துக் கொண்டே வந்தான் மற்றொரு தோழன்.

அனைத்தையும் கண்டுகொள்ளாதது போல் பேருந்தில் ஏறினாள் தூரி. வண்டி கிளம்பும் வரை அவளைப் பார்த்து ரசித்துக் கொண்டிருந்தான் நிமலன். அன்றைக்கு வீட்டுக்கு வந்து இரவு உணவு முடித்துவிட்டு அன்று நடந்தவை அனைத்தையும் யோசித்துக் கொண்டிருந்தாள் தூரி.

"என்ன பண்ற படிக்காம? எக்சாம் எப்போ ஸ்டார்ட் ஆகுது?" என்றான் ஆதி தனது உடைகளை பெட்டியில் எடுத்து வைத்தவாறு. "இன்னும் டூ டேஸ்ல ஸ்டார்ட் ஆகிடும்" என்றாள் அவள். "சரி... நல்லா படி... பார்த்து ஸ்கூல் போய்ட்டு வா... எக்ஸாம் அப்போ நா கால் பண்றேன். நல்ல ரிசல்ட் எடுக்கனும்" என்று தன் தங்கையின் தலையை தடவிக்கொண்டே கூறினான் ஆதி. "சரி டா... கண்டிப்பா. நீ எப்போ ஆதி திரும்பி வருவ?" என்று வேலைக்கு வெளியூர் கிளம்பும் தன் அண்ணனை கேட்டாள் அவள். "இவளோ நாள் வொர்க் ஃப்ரெம் ஹோம் பண்ணிட்ருந்தேன்ல இப்போ வேலைக்கு வர சொல்லிட்டாங்க

அடுத்து லீவ் கிடைகுறப்போ வரேன்" என்றான் அவன்.

"எல்லாம் எடுத்து வைசிட்டுயா ஆதி? பார்த்து பத்திரம் ப்பா... நல்லா சாப்பிடு, நேரத்துக்கு தூங்கு, வேலை ரொம்ப ஸ்ட்ரெஸ்ஸா இருந்தா இந்த வேலையை விட்டுட்டு வந்துடு ப்பா" என்று தன் மகனை பிரிய மனமில்லாமல் வழி அனுப்பினாள் மல்லிகை. "சரி மா... நா போய்ட்டு தம்பிய பஸ் ஏத்திவிட்டு வரேன்... கேட்ட சாத்திக்கோங்க "தன் டூ வீலரின் மேல் அமர்ந்து கொண்டு கூறினார் ராஜன்.

அவர்களுக்கு கையசைத்து விட்டு அறைக்குள் வந்தாள் தூரி. "ட்ரிங்... ட்ரிங்..." மல்லிகையின் அலைபேசி ஒலித்தது. "யாருனு பாரு தூரி" என்றாள் அடுப்பை துடித்துக்கொண்டிருந்த மல்லிகை.

"ஹலோ, யார் பேசுறது?" என்றாள் அவள் கைபேசியை எடுத்து.

அடுத்த நிமிடமே!

"ஐயோ.... என்ன சொல்ற? எப்படி இப்படி நடந்துச்சு?" என்று கைபேசியில் யாரிடமோ கதறி அழுதாள்.

22

"என்ன டி ஆச்சு? யாரு ஃபோன்ல?" என்று கேட்டுக்கொண்டே பதற்றமாக வந்தாள் மல்லிகை. கைபேசியில் இணைப்பை துண்டித்துவிட்டு "அம்மா... என் க்ளோஸ் ப்ரெண்ட் லாவண்யா சொல்லிருக்கேன்ல ஒருமுறை உன்கிட்ட கூட பேசினாலே!" என்று அவள் சொல்ல, "ஆமா டி! என்ன அந்த பிள்ளைக்கு இப்போ?" என்று மல்லிகை கேட்க, "அவ இன்னைக்கு ஸ்கூலுக்கு வரல மா... இப்போ புவிதா ஃபோன்ல சொல்றா அவ சுயிசைட் பண்ணிகிட்டான்னு! என்னால இத நம்பவே முடியல மா" என்று கதறினாள் தூரி.

"ஐயோ கடவுளே! எண்ணத்துக்கு டி அப்படி பண்ணாளாம்?" என கண்கலங்கி மல்லிகை கேட்க, "அவ யாரையோ லவ் பண்ணினா மா. அது அந்த பையன் வீட்டுக்குத் தெரிஞ்சு அவங்க வீட்ல எதோ பிரச்சனை பண்றாங்கனு சொல்லிட்டு இருந்தா, அடிக்கடி லீவ் போட்டா, இப்போ அதனால தான் இறந்துட்டானு சொல்றா மா இவ" என்றாள் அவள் அழுதுகொண்டே.

"அதான! இந்த வயசுல வேற என்ன பெரிய பிரச்சனை வந்துட போகுது உங்களுக்கெல்லாம்? படிக்குறத தவிர மத்த எல்லாமே செய்ய வேண்டியது. நீ அவளுக்கு புத்திமதி சொல்லலியா? இந்த வயசுல காதல் வரது, தடுமாற்றமாகுறது இயற்கை. அதுல விழாம கரை ஏறிட்டா ஒரு அழகான எதிர்காலம் காத்துட்டு இருக்கு உங்களுக்கெல்லாம். அப்போ நீங்க எடுக்குற முடிவு தான் சரியானதா இருக்கும் உங்க வாழ்கைக்கு!" என்று அறிவுரை கூறினாள் மல்லிகை.

"அப்புறம் ஒரு விசயம் தூரி நல்லா மனசுல ஏத்திக்கோ! எந்த பிரச்சனையா இருந்தாலும் எந்த வயசுளையும் துணிஞ்சு நிக்கணும், அத சமாளிக்க எதிர்கொள்ள பழகனும். தற்கொலை எல்லாம் தைரியம்

இல்லாத, தன்னம்பிக்கை இல்லாத, பொறுமை இல்லாத முட்டாளுங்க எடுக்குற முடிவு! உன் ப்ரென்ட் லாவண்யாவுக்கு இப்படி எடுத்து சொல்ல ஆள் இல்லாம இந்த முடிவு எடுதுறுப்பா. நீ உன் மனச போட்டு குழப்பிக்காம பரீட்சைக்குப் படி. உன் ப்ரென்ட்காக ப்ரே பண்ணு. உன் மத்த ப்ரென்ட்ஸ் கிட்டேயும் அம்மா சொன்னத சொல்லு. புரியுதா?" என்றாள் மல்லிகை.

"ம்ம்... சரி மா... கண்டிப்பா சொல்றே" என்று தன் கண்ணீரை தைரியத்துடன் துடைத்துக்கொண்டாள் அவள். மறுநாள் பள்ளியில் தன் தாய் எடுத்துரைத்தவைகளை தோழிகளிடம் பகிர்ந்துகொண்டாள் அவள். அனைவரும் மிகுந்த வருத்தத்துடன் வரவிருக்கும் பொதுத்தேர்வுக்கு தயார் ஆனார்கள்.

தேர்வு ஆரம்பமாகியது. ஒவ்வொரு நாளும் தேர்வுக்காக தன் மனதை முழுதாக ஈடுபடுத்திக்கொண்டு தயாரானாள் தூரி. நிமலனும் தன் கல்லூரி சேர்க்கைக்கான கவுன்சிலிங் மேற்கொண்டான். இருவரும் சில நாட்கள் பார்த்துக் கொள்ளவில்லை. அவனின் சிந்தனைகள் அவ்வப்போது தூரியின் மனதில் வந்து போயின. அவளும் நிவியும் அடிக்கொருமுறை கைபேசியில் பேசிக்கொண்டனர்.

அன்று பரீட்சை முடித்து பேருந்தில் ஏறினாள். எப்பொழுதும் போல முன் சீட்டின் அருகே இடமில்லாமல் நின்று கொண்டாள். ஒவ்வொரு பயணிகளாக ஏறினர். பேருந்தில் இருக்கும் தொலைக்காட்சியில் இந்தப் பாடல் ஒலித்துக் கொண்டிருந்தது,

"நீகேட்காமல்
போனாலும்கத்தி
சொல்லுவேன்
பேபி ஐ லவ் யூ.....

நீநிக்காமல்
போனாலும்துரத்தி
சொல்லுவேன்
பேபி ஐ லவ் யூ...."

"டேய், உனக்கு புரியுதா இந்த பாட்டு??? அதான் டா டேய்... உன்ன தான்" என்று யாரோ சொல்வதைக் கேட்டு திரும்பிப் பார்த்த அவளின் மிக அருகே நிமலன் சக நண்பனுடன் நின்று கொண்டிருந்தான். அவனைப் பார்த்ததும் என்ன செய்வெதென அறியாமல்

திகைத்துப் போனாள். முதல் முறையாக அவளுக்குள்ளும் உருவமில்லா உருண்டை ஒன்று வயிற்றுக்கும் தொண்டைக்குமாய் உருண்டது. அவனை பார்த்ததும் கண்டு கொள்ளாமல் போகும் அவளது கண்கள் இப்பொழுதெல்லாம் அவனை பார்த்தவுடன் அங்கும் இங்குமாய் நடனமாடுவதை நிமலனால் நன்கு உணர முடிந்தது. எண்ணற்ற மகிழ்ச்சியில் திழைத்தான் அவன்.

அச்சமயத்தில் தன் கல்லூரி சேர்க்கைகாக ஒரு வாரம் வெளியூர் செல்லவிருந்தான். ஊருக்கு வந்த உடன் அவளை எப்படியாவது ஒருநாள் தனிமையில் சந்தித்து அவளின் மனதிலிருப்பதை கேட்டறிய விரும்பினான்.

அந்த நாளுக்குப் பிறகு அவளால் அவனை காண முடியவில்லை. அவன் வெளியூர் சென்றிருந்தது அவளுக்கு தெரியாது. அவள் தன் பள்ளி முடிந்து பேருந்திற்காக காத்திருந்த ஒவ்வொரு நாளும் அவளது கண்கள் எதையோ தேடிக்கொண்டே இருந்தன. நிமலன் தன்னை சந்தித்த இடங்களை கடக்கும் பொழுதும், அவன் பேசிய தருணங்களை நினைக்கும்பொழுதும் ஏதோ ஒன்று அவளின் மனதை உறுத்தியது. அவளை அறியாமல் அவளது மனம் நிமலனுக்காக ஒருபக்கம் ஏங்கியது. எனினும், மறுபக்கம் அதை ஒப்புக்கொள்ள மறுத்தது. குழப்பத்திலேயே அவள் தனது பொதுத்தேர்வை முடித்தாள்.

நிமலனோ தன் கல்லூரி சேர்க்கைகாக ஒரு வாரம் வெளியூர் சென்றிருந்தான். ஊருக்கு வந்த உடன் அவளை எப்படியாவது ஒருநாள் தனிமையில் சந்தித்து அவளின் மனதிலிருப்பதை கேட்டறிய விரும்பினான். ராமுடன் அதுபற்றி கலந்துரையாடினான்.

"ராம் எப்படியாவது ஒரே ஒரு தடவை தூரிகைய மீட் பண்ணனும் டா. பிளீஸ் ஹெல்ப் மீ!" என்றான் நிமலன். "என்னடா பையன் கொஞ்ச நாளா இதுபத்தி நம்மகிட்ட மூச்சே விடலயேனு நினைச்சேன்... வந்துட்ட" என்றான் ராம். "இல்ல டா... இந்த விசயத்துல உன்ன டிஸ்டர்ப் பண்றதுக்கு மனசு கேட்கல அதான்" என்று நிமலன் ஆரம்பிக்க, "போதும் டா... வேல்விழி இப்போ வேற யாரோட வைஃப். அந்தக் காதல் மட்டும் தான் இப்போ என் மனசுல இருக்கு. அவங்க இல்ல. நான் நார்மல் ஆகிடேன் டா. இனி உன் ட்ராக்க க்ளியர் பண்ணுவோம் வா.." என்றான் மகிழ்ச்சியாக. இருவரும் நிவியுடன் கலந்துரையாடி கடைசிப் பரீட்சை முடிந்து அன்று மாலை அனைவரும் சந்திக்க

முடிவு செய்தனர்.

பரீட்சை முடிந்து மதியம் விரைவாகவே வீடு திரும்பினாள் தூரி. நிவி தூரிகைக்கு அழைத்து நிமலன் கடைசியாக அவளை சந்திக்க விரும்புவதை கைபேசி வழியாக தெரிவித்தாள். முதலில் வர மறுத்த அவள் பின் சந்திப்புக்கு ஒப்புக்கொண்டாள். அவளின் மனதில் என்ன இருக்கின்றது என்பதை அவளுக்கே புரிந்துகொள்ள சிரமமாக இருந்தது. நிமலனின் ஒவ்வொரு சந்திப்பையும் தனக்குள் புரட்டிப்பார்த்தாள். காதலால் தன் உயிர்த்தோழிகள் இருவரின் வாழ்க்கையில் நடந்த சம்பவங்களை சற்று சிந்தித்தாள். தன் தாய் தனக்கு கூறிய அறிவுரைகளையும், பெற்றோர்கள் தன் மேல் வைத்துள்ள நம்பிக்கையையும் மனதில் நன்கு ஏற்றிக்கொண்டாள். ஒரு வெள்ளைத்தாளில் தன் மனதிலிருப்பதை எழுதி மடித்து தன் கைப்பையில் வைத்துக்கொண்டு நிமலனை சந்திக்க கிளம்பினாள்.

மாலை சுமார் '5.30' மணி அளவில் நிமலன், ராம் மற்றும் நிவி மூவரும் பேசிக்கொண்டே தூரிகை வீடு இருக்கும் தெருவை தாண்டி இருக்கும் நெடுஞ்சாலை அருகே நின்று கொண்டிருந்தனர். "தூரிக்கு கால் பண்ணி பார்க்கட்டுமா? இன்னும் ஆள காணோம். ஒரு வேலை பயந்துட்டு வீட்டிலேயே இருக்காளோ?" என்றாள் நிவி. "அதெல்லாம் ஒன்னும் வேண்டா! அந்த பொண்ணு வீட்ல நீயே போய் சொல்லிடுவ போல எதுக்கு கூப்பிட்றோம்னு! கொஞ்சம் சும்மா இரு. வருவாங்க!" என்றான் ராம்.

"வந்துட்டாங்க!" என்றான் நிமலன் அணங்கென வந்த தனக்குறியவளைக் கண்டதும். "ரோட பார்த்து க்ராஸ் பன்ன சொல்லு டா! வண்டி நிறைய வந்துட்டு இருக்கு பாரு!" என்றான் நிமலன் ராமிடம். "இது வேறையா? ஏய் உன்ன தான் கேட்டேல? சொல்லு உன் ப்ரெண்ட் கிட்ட" என்று சிரித்துக்கொண்டிருந்த தன் தங்கையிடம் கூறினான். "அட சும்மா இருங்க பா... அதெல்லாம் அவ கவனமா வந்துடுவா..." என்றாள் நிவி.

குறுக்கேயும் நெடுக்கேயும் சீரிப் பாய்ந்து கொண்டிருந்த வண்டிகளை கடந்து அவர்களின் அருகே வந்தவளின் பதிலை எதிர்நோக்கிக் காத்துக்கொண்டிருந்தனர் மூவரும். நிவியும் ராமும் ஒருவரை ஒருவர் பார்த்துக்கொண்டு சற்று விலகி நின்றனர். எப்பொழுதும் போல் அன்றைக்கும் மிடுக்காக மஞ்சள் நிற சுரிதாரில் அழகான சாமந்தியை போல் தோற்-

றமளித்தாள் தூரி. அவளை பார்த்து மெய்மறந்து ரசித்துக்கொண்டிருந்தவனிடம் தான் எடுத்து வந்த கடிதத்தை நீட்டினாள்.

அவன் ஒன்றும் புரியாது அவளைப் பார்த்தான். "என்னால இங்க நின்னு பேச முடியாது. அதோ அங்க இருக்க கடைகாரவங்க அப்பாக்கு தெரிஞ்சவங்க. என்ன இங்க பார்த்தா வீட்ல ஏதாவது தப்பா சொல்லிடுவாங்க. அதான் நா உங்ககிட்ட சொல்ல நினைச்சத இதுல எழுதிருக்கேன். நா போன அப்புறமா படிங்க.." என்று சொல்லி அவ்விடத்தை விட்டு நகர்ந்தாள்.

"நிவி வீட்டுக்கு போயிட்டு கூப்பிடுறேன், அண்ணா நா வரேன்" என்று சொல்லி கை அசைத்துவிட்டு சாலையை கடக்க முயன்றவள் நிமலனை திரும்பிப் பார்த்து "ஐம் சாரி" என்றாள் சிறு புன்னகையுடன்.

அவள் என்ன நினைக்கிறாள் என்பதை அவனால் புரிந்துகொள்ள முடியாமல் தவித்தான். அக்கடிதத்தை திறக்க அவன் மனம் துடித்தது. ராமும் நிவியும் நிமலனிடம் அதை திறந்து பார்க்க சொல்லி வற்புறுத்தினர். ஆர்வம் தாங்காமல் அவள் சாலையைக் கடக்கும் முன்பே அக்கடிதத்தை திறந்தான். அதில் இவ்வாறு எழுதப்பட்டிருந்தது,

"I'm no more a dream"

By,

Nimalan's "UYIR"

அவன் மெசேஜிற்கு அன்றே அக்கடிதத்தில் பதில் எழுதியிருந்தாள். மகிழ்ச்சியில் தலைகால் புரியவில்லை அவனுக்கு. "ஹே! ட்ரீட் வச்சுருங்க" நிவியும் ராமும் கலகலத்தனர். "ஐ லவ் யூ தூரிகை" அவளை பார்த்து மகிழ்ச்சியில் கூச்சலிட்டான் அவன். அவனை திரும்பிப் பார்த்து வெட்கத்தில் தலை கவிழ்ந்து சிரித்தாள்.

23

தன் மனதில் தோன்றிய எண்ணத்தை தெரிவித்த திருப்தி ஒரு பக்கம், வீட்டில் தன் மேல் இருக்கும் நம்பிக்கையை உடைத்துவிட்டோமோ என்ற பதற்றம் மறுபக்கம் என அவள் நிமலனுடன் கைபேசியில் பேசிக்-கொண்டே நாட்களை கடத்தினாள்.

பதினோராம் வகுப்பு துவங்கியது. அவள் முதல் நாள் பள்ளிக்கு கிளம்பினாள். அவள் வரும் நேரத்திற்கு நிமலனும் பேருந்து நிறுத்தம் வந்தடைந்தான். அவனும் அவளும் அன்றே பேருந்தில் அருகருகில் அமர்ந்துகொண்டு ஒன்றாய் பயணித்தனர். ஒரு வித்தியாசமான இது-வரை அவள் என்றும் வாழ்வில் உணராத உணர்வு அவனது கைகளும், கால்களும் அவளின் உடலை உரசி அருகில் அமர்ந்திருக்கும்பொழுது. முன்னே இப்படி வேறு எவரும் ஒருவரோடு ஒருவர் ஒட்டி உரசி அமர்ந்திருக்கையில் அவர்களை கண்டு வியந்து சலித்தவள் இப்பொழுது சிலிர்த்துப்போய் அவனருகில் அந்த இனம்புரியா நெருடலை ரசித்தப-டியே அமைதியாய் பயணித்தாள்.

காத்திருந்த தவிப்பெல்லாம் கொட்டித் தீர்க்க இதமாய் அவளின் வலக்கையினுள் தன் இடக்கையை கோர்த்தான் அவன். "இந்த தரு-ணத்த ரசிக்க இன்னும் எத்தன நாள் வேணுனாலும் நா இப்டியே உட்-கார்ந்திருப்பேன்!" அவளை பார்த்து சிரித்தபடி கூறினான். அவள் எது-வும் கூறாமல் புன்னகைத்துக்கொண்டு அவளின் விரல்களை இன்னும் சற்று இறுக்கமாய் பற்றிக்கொண்டாள்.

இருவரும் ஒன்றாக பேருந்தில் பயணிக்க, கைபேசியில் பேச என காதல் காலத்தை சிறிது ஓட்டினர். நிமலனும் கல்லூரியில் சேர்ந்து விடு-தியில் தங்கி படித்தான். அவனது கல்லூரி அவர்களின் ஊரிலிருந்து நான்கு மணிநேரம் தொலைவில் 'கோக்கணை' எனும் நகரத்தில்

அமைந்திருந்தது. தூரிகையைப் பார்ப்பதற்காகவே வாரம் ஒருமுறை ஊருக்கு வந்து செல்வதை வழக்கமாக வைத்திருந்தான். அவன் அப்படி வரும்பொழுதெல்லாம் இருவரும் சேர்ந்து யாரும் அறியாமல் அவனது டூ வீலரில் எங்கேயாவது வெளியே செல்வது, பேருந்தில் பயணிப்பது, சினிமா தியேட்டர் செல்வது, ரெஸ்டாரண்டுக்கு சென்று தடபுடலாக உணவு உண்பதென அவர்களின் காதல் வாழ்க்கையை ஆனந்தமாய் கழித்துக்கொண்டிருந்தனர். எனினும் படிப்பில் கவனம் செலுத்த தவற-வில்லை இருவரும்.

எப்பொழுதும் இரவில் அனைவரும் உறங்கிய பின்னரே அவனுக்கு ஃபோன் செய்வதை வழக்கமாக வைதிருந்தாள் அவள். மல்லிகையின் பேசிக் மாடல் நோக்கியா மொபைல் ஃபோன் தான் அவர்களது காத-லுக்கு தூதுவனாக இருந்தது. வீடியோ கால், ஸ்டிக்கர்ஸ், புகைபடம் அனுப்புவது, வீடியோ அனுப்புவது, இலவச மெசேஜ்கல், இலவச காலர் ட்யூன், நினத்தவுடன் கால் செய்வதென எவ்வித வசதியும் இல்லை அப்-பொழுது. ஆனாலும் முப்பது நாட்களுக்கு ஒருமுறை முப்பது ரூபாய் செலுத்தி அவளுக்கு பிடித்த பாடல்களை தனது மொபைலில் காலர் ட்யூனாக வைப்பான் அவன். பாடல் முடியும் வரை அவளை கேட்க-விட்டு ரசித்த பின் அவளது கால்ஐ அட்டன் செய்வான்.

கடைக்குச் சென்று பத்து ரூபாய் ரீசார்ஜ் கார்டை வங்கி அதன் பின் இருக்கும் சில்வர் தாளை ஒரு ரூபாய் காய்ன் வைத்து சுரண்டி அதில் தெரியும் கோட் நம்பரை மொபைல் ஃபோனில் ஹாஷ்டேக் போட்டு டயல் செய்த பிறகே பத்து ரூபாய் ஏறும். அதில் என்னவென்று பேசி முடிப்பதற்குள்ளே அந்த பத்து ரூபாயும் முடிந்துவிடும். அந்த பத்து ரூபாயையும் பள்ளிக்கு திண்பண்டம் வாங்கி சாப்பிட கொடுக்கும் பணத்-தில் பேருந்திற்குப் போக மிச்சம் செய்து ஒவ்வொரு நாளும் சேர்த்து வைப்பாள் அவள். ஆடி, அம்மாவாசைக்குத் தான் மல்லிகை தன் ஃபோனில் டாப் ஆப் செய்வாள். அந்த நேரம் மட்டும் ஒரு நாளைக்கு நூறு மெசேஜ்கள் அனுப்ப முடியும், ஆனால் அப்பொழுதும் ஃபோனில் பேசுவதற்கு பைசா வசூலிக்கப்படும். அதிலும் பொங்கல், நியூ இயர், தீபாவளி என்று வந்துவிட்டால் அனுப்பும் ஒவ்வொரு மெசேஜிர்கும் ஒரு ரூபாய் பிடித்துக் கொள்வார்கள்.

அதனால் அச்சமயத்திலிருக்கும் நூறு மெசேஜ்களையும் நிமலனுக்கே அனுப்பி விடுவாள் அவள். அவனும் அவள் பள்ளி முடிந்து வீட்டிற்கு

வரும் நேரத்திற்கு அவளைக் கொஞ்சி கெஞ்சி ஐம்பது மெசேஜ்கள் அனுப்பிவைத்திருப்பான். நடுவில் ஆதி வந்து செல்லும் பொழுது, அவன் ஊருக்கு வருவதற்கு முதல் நாள் இரவே அவன் வரப்போகிறான் கிளம்பும் வரை பேச இயலாதென்பதை மெசேஜ் வழியாக நிமலனுக்கு அனுப்பி வைத்திருப்பாள் அவள். அவனும் புரிந்துகொண்டு அவள் அடுத்து கால் செய்யும் வரை அமைதியாக காத்துக்
கொண்டிருப்பான். இவ்வாறு தங்கள் காதல் காலத்தை ஒரு வருடத்திற்கு மேல் கழித்தனர்.

அப்படியாக இருவரும் ஒரு நாள் தங்கள் ஊரின் எல்லையிலிருக்கும் நீர்வீழ்ச்சி ஒன்றுக்கு சென்றனர். கையில் வாங்கி வந்த மாங்காய் கீரல்களை நாவில் எச்சில் சொட்ட கடித்துக்கொண்டிருந்தாள் அவன-ருகே அமர்ந்துகொண்டு, ‘‘நீயும் ஒன்னு சாப்பிடேன்'' அவனுக்கு ஊட்ட முயன்றவர்களை தடுத்து நிறுத்தியது சினம் கொண்ட அந்தக் குரல்.

24

“ஏய் ! யார் நீங்க ? டேய் ! யார் இந்த பொண்ணு ? பெயர் என்ன சொல்லு ?” ஒரு வெள்ளை காகிதத்தை எடுத்து ஏதோ எழுத முற்பட்டார் அந்தப்பக்கமாக வந்த வனத்துறையினருள் ஒருவர்.

“சார்... இவங்க நா கல்யாணம் பண்ணிக்க போறவங்க! இங்க இருக்க ஃபால்ஸ் பார்க்கலாம்னு தான் வந்தோம். இப்போ கிளம்பிடுவோம்” தயக்கத்துடன் கூறினான் நிமலன்.

எதையும் கண்டுகொள்ளதாவாறு “ஏய் உன் பெயர் என்ன? சொல்லு!” தூரிகையை அதட்டினார் அவர்களுள் ஒருவர். அவள் பயந்துபோய் நிமலனின் கைகளை இறுகப் பற்றினாள். அவளை பின்னே தள்ளி, “சார்.. விட்டுடுங்க ப்ளீஸ்... நாங்க என்ன செஞ்சோம் ?ஏன் எங்கள மிரட்டுறீங்க?" என்றான் நிமலன்.

“உன் முகம் எங்கேயோ பார்த்த மாதிரி இருக்கே! உனக்கு அண்ணன் ஒருத்தன் இருக்கானோ?” சந்தேகத்துடன் கேட்டார் மற்றொருவர். பயத்தில் “இல்லை... எனக்கு அண்ணாலாம் யாரும் இல்லை...” பதிலளித்தாள் அவள்.

“இனி இந்தப் பக்கமா வரக் கூடாது புரியுதா! காட்டு மிருகங்கள் ஏதாவது வந்துரும். அப்புறம் நாங்க தான் பதில் சொல்லனும் டிபார்ட்மெண்ட்க்கு, கிளம்புங்க!” என்றார் வேறொருவர். இருவரும் விருவிருவென வண்டியில் ஏறி அவ்விடத்தை விட்டு நகர்ந்தனர்.

“பயமா இருக்கு... எங்க அண்ணாவ அந்த ஆளுக்கு தெரிஞ்சிருக்குமோ? கரெக்டா கேக்குரனே ? என் அண்ணா கிட்ட எதுவும் சொல்லிட்டான்னா! எல்லாம் போச்சு!” பின்னே அமர்ந்தபடி அழுத்துக்கொண்டிருந்தாள் அவள்.

“நா உன்கிட்ட சொல்லிருக்கேன்ல ஏற்கனவே! லவ்னா படத்துல கட்டுற மாதிரி ஜாலியா மட்டுமே இருக்காது. ரெண்டு பேர் வீட்லேயும் சட்டுனு ஓகே சொல்லிற மாட்டாங்க. இனிமே தான் நாம பாக்க வேண்டியது நிறைய இருக்கு. இன்னைக்கு இல்லைனாலும் சீக்கிரமே ஒரு நாள் தெரிய தான் போகுது! தைரியமா இரு...” அவளை தேற்றினான் அவன்.

நிமலனுக்கு பருவத் தேர்வு நடைபெற்றது. ஆனாலும் தன்னவளைக் காணத்தவறவில்லை அவன். எப்பொழுதும் போல அன்றைக்கு இரவு அவனிடம் பேசுகையில் அந்த வார சந்திப்பை பற்றி வினவினாள் அவள்.

“எனக்கு சுத்தமா முடியல தூரி! ஐ திங்க் ஐ கேன்னாட் கம் திஸ் வீக்!” முடியாதவாறு பேசினான்.

“என்ன ஆச்சு?” என்றாள்.

“ஸ்வைன் ஃப்ளூ மாதிரி இருக்கு” நடுக்கத்துடன் கூறினான்.

“ஐயோ! என்ன சொல்ற?” அழுதாள். அவனை அப்பொழுதே காண வேண்டுமென அவளைப் பாடாய் படுத்தியது அந்தக் காதல் பிசாசு.

“உன் ஊருக்கு வரதுக்கு டிக்கெட் எவ்ளோ கேட்பாங்க ?” விசாரித்தாள், “எழுபது ரூபாய் வரதுக்கு மட்டும்" கூறினான்.

“சரி.. தூங்கு” என ஃபோனை வைத்துவிட்டு தன்னிடமிருந்த உண்டியலை உடைத்து அதிலிருந்த ஒரு ரூபாய் மற்றும் ஐந்து ரூபாய் காசுகளை பொறுக்கி எடுத்தாள். மொத்தம் எழுபத்து ஐந்து ரூபாய் சில்லறையாக இருந்தது. அதனை எடுத்து தன் காய்ன் பௌச்சில் போட்டுவிட்டு உறங்கினாள். மறுநாள் எப்பொழுதும் போல் பள்ளிக்கு கிளம்பினாள்.

“அம்மா நா வரதுக்கு இன்னிக்கு கொஞ்சம் லேட் ஆகும். ஸ்பெஷல் க்ளாஸ் இருக்கு... ” பொய்யுறைத்தாள் மல்லிகையிடம்.

“ப்ளஸ் டூ க்கு இப்போ இருந்தேவா ஸ்பெஷல் க்ளாஸ் வைக்கிறங்க?” ஆச்சரியித்தாள் மல்லிகை.

“ஆமா மா” மனது உறுத்தியது அவளுக்கு.

“சரி பார்த்து போய்ட்டு வா... உனக்கு பிடிச்ச உழுந்த வடை போட்டு வைக்கிறேன் சாயங்காலம் !” சிரித்துக்கொண்டே அனுப்பி

வைத்தாள் அவளை.

பேருந்து நிறுத்தத்தில் நின்றுகொண்டு பேருந்திற்காக காத்துக் கொண்டிருந்தாள். பள்ளிக்குச் செல்வதற்கு அல்ல நிமலனை சந்திப்பதற்கு. தன்னிடமிருந்த எழுபத்து ஐந்து ரூபாயில் இரண்டு ரூபாயை எடுத்து அருகே இருந்த பெட்டிக்கடையில் ஒரு ரூபாயாக இரண்டு வாங்கி அங்கிருந்த 'ஒன் ருபீ காய்ன்' ஃபோனிலிருந்து நிமலனின் நம்பருக்கு அழைத்தாள். அப்பொழுதிருந்த காதலர்களுக்கு மிகப்பெரிய புதையல் அந்த கருப்பு மஞ்சள் நிற தபால் காரணாகிய 'ஒன் ருபீ காய்ன் ஃபோன்' தான். பெட்டியின் தலையில் தெரியும் இடைவெளியில் ஒரு ரூபாயை போட்டு நம்பரை டயல் செய்துவிட்டால் அறுபது வினாடிகள் வரை பேசிக் கொள்ளலாம். நேரம் முடியும் தருணம் ஐந்து வினாடி இருக்கும் பொழுதே 'கீச் கீச்' என்று ஒலி எழுப்பும், உடனே அடுத்து ஒவ்வொரு ரூபாயாக அதன் தலையில் போட்டுவிட்டால் போதும் அப்படியே பேசிக்கொண்டிருக்கலாம். அப்படி ஒரு அதிசயம் அந்த அழகான திரவியம்.

முதல் காலிலேயே எடுத்தான், "ஹலோ.. நா தூரி பேசுறேன். உன்ன பார்க்கத் தான் கிளம்புறேன்" கடகடவென பேசினாள்.

"ஏய் என்ன சொல்ற? எதுக்கு வர? சும்மா விளையாடாத ஸ்கூலுக்குப் போ!" அவன் பேசிக்கொண்டிருக்கும்போதே அறுபது வினாடிகள் முடிந்தன. மீண்டும் அழைத்தாள்.

"நிமல்! நா விளையாடல. என்கிட்ட காசு இல்ல. கரெக்டா இன்னும் எழுபத்து மூணு ரூபாய் தான் இருக்கு. அங்க வந்து என்ன ஸ்டாப்ல இறங்கனும் ? சீக்கிரம் சொல்லு" இன்னொரு ஒரு ரூபாய் காய்னை போட்டாள்.

"பஸ் ஸ்டண்ட்ல இறங்கினாலே போதும் தூரி, பட் நீ விளையாடுற தான?" சிரித்தான்.

"சரி! நா வச்சுடுறேன், வந்து இறங்கிட்டு கூப்பிடுறேன்" அறுபது வினாடி முடியும் முன்னே ஃபோனை வைத்தாள்.

அங்கிருந்த அனைவரும் அவள் வெகுநேரமாய் காத்துக்கிடந்ததை வினோதமாக பார்த்தனர். பேருந்து வந்தது, அவள் எப்பொழுதும் போல முன் சீட்டில் ஒரு இருக்கையில் அமர்ந்து கொண்டாள். பேருந்து நகர ஆரம்பித்தது. தான் செய்வது சரியா தவறா என தனக்குள் சிந்தித்தபடி

கண்ணீர் வடித்தாள்.

"டிக்கெட்... டிக்கெட்..." நடத்துனர் அவளருகே சென்றார். "ஏம்மா... டிக்கெட் வங்காதவங்க எல்லாம் வங்கிக்கோங்க " அவளை பார்த்து கூறினார்.

கண்ணிரைத் துடைத்துக்கொண்டே தன்னிடமிருந்த எழுபத்து இரண்டு ரூபாயில் எழுபது ரூபாயை எடுத்து நடத்துனரிடம் கொடுத்து "கோக்கணைக்கு ஒரு டிக்கெட் கொடுங்க" என்றாள். மீதம் இருந்த இரண்டு ரூபாயை நிமலனுக்கு ஃபோன் செய்வதற்காக பத்திரமாக வைதிருந்தாள். பேருந்தில் நான்கு மணி நேர பயணத்தில் அவள் நிமலனை சந்தித்த பின் நடந்த தருணங்களை தன் மனதில் அசைபோட்டுக்கொண்டே பயணித்தாள். பயணத்தின் போது திடீரென எதுவும் நேர்ந்தால் கூட தொடர்புகொள்ள கைபேசி இல்லை. ஏதோ ஒரு நம்பிக்கை அவள் நிமலனின் மேல் கொண்டிருந்த தீரா காதல் மீது.

இறங்குமிடம் வந்தடைந்த பின்னும் இங்கே தான் இறங்க வேண்டுமா என குழப்பம்," இதான் கடைசி ஸ்டாப்பா ?" வினவினாள் நடத்துனரிடம்.

"ஆமா மா... இங்க தான் இறங்கனும். இதுதான் கோக்கணை பஸ் ஸ்டாண்ட்" என்றார் அவர்.

புதிய ஊரில் அனைத்தும் புதிதாக இருந்தது அவளது கண்களுக்கு. அவள் பேருந்திலிருந்து இறங்கிய பகுதிக்கு நேர் எதிரில் ஒரு புத்தகக் கடையும், அதன் அருகில் 'ஒன் ருபீ காய்ன் ஃபோனும்' இருந்தது. அவள் விசுக் விசுக்கென அக்கடைக்கு விரைந்து, தன்னிடமிருந்த இரண்டு ரூபாய் காய்னை ஒரு ரூபாயாக மாற்றி வாங்கிக்கொண்டு நிமலனுக்கு ஃபோன் செய்தாள். முதல் ரிங் அடித்து முடிந்தது. அவன் கால்ஐ எடுக்கவில்லை. சிறிதே தடுமாறினாள்... மீண்டும் முயன்றாள், இம்முறை எடுத்துவிட்டான்.

"ஹலோ... நிமல்..." அவள் திணறினாள்.

"ஹே... தூரி... என்ன இந்த நம்பர்ல இருந்து கால் பண்ற? எங்க இருக்க?" அவன் பதறினான்.

"நா வந்துட்டேன்..." என்றாள்.

"லூசா நீ ? ஏன் இங்க வந்த? சரி... எங்க இருக்க இப்போ?" திகைத்தான் அவன்.

“பஸ் ஸ்டாண்ட்ல தான். ஒரு புக் ஸ்டால் பக்கத்துல... என்கிட்ட காசு சுத்தமா இல்ல. உனக்கு அடுத்து கூப்பிட கூட காசு இல்ல... சீக்கிரம் வா... உன்ன பாரக்கனும்” என்றாள் கலக்கத்துடன்.

“ஐயோ! ஏன் இப்படி வந்த தூரி? அங்கேயே இரு. இதோ வந்துடுறேன். நா வர வரைக்கும் அங்கேயே நில்லு. புரியுதா?” அவன் சொல்லி முடிக்கும்பொழுதே அறுபது வினாடி முடிந்து இணைப்பு துண்டித்தது.

அவன் கூறிய வார்த்தைகள் மட்டுமே அவளது காதுகளில் ஒலித்தன. அவன் வரும் வரை அங்கேயே நின்றிருந்தாள். அப்பொழுது மணி நண்பகல் ‘12:00’. அவன் பதறியடித்து அவளிருக்கும் இடத்திற்கு விரைந்தான். அவனின் வருகையை எண்ணி பஸ் ஸ்டாண்டின் நுழைவுவாயிலயே பார்த்துக்கொண்டிருந்தாள். அவனின் வருகை சகாராவில் சாரல் அடித்தது போல இருந்தது அவளுக்கு, பச்சையும் கருப்பும் கலந்த கட்டம்போட்ட சட்டை, நீல நிற ஜீன்ஸ் பேண்ட், வெள்ளை நிற ஷூ, அணிந்து அவளை நோக்கி கையசைத்து கொண்டே ஓடிவந்தான். காணாததை கண்டுவிட்டது போல் மகிழ்ச்சியில் அவளும் அவனை நோக்கி விறுவிறுவென நடந்தாள்.

“தூரி!” என்று அவளிரு கைகளையும் பற்றிக்கொண்டு "ஏன் இவ்ளோ தூரம் வந்த?” என கண்ணீர் ததும்ப கேட்டான்.

“உனக்கு ஸ்வைன் ஃப்ளூனு சொன்ன? இப்போ பரவாயில்லையா?” அவள் அக்கறையுடன் விசாரித்தாள்.

“அதுக்காகவா வந்த? நா விளையாட்டுக்கு சொன்னேன் தூரி நீ என்ன ரியாக்ட் பண்றனு பார்க்க! நீ வரேனு மார்னிங் சொன்னப்போ கூட நீயும் விளையாடுறனு தான் நினைச்சேன்!” உண்மையை உடைத்தான். அவன் அப்படி செய்தது அவளுக்கு அப்பொழுது கோபம் வரவில்லை. அவன் நன்றாக இருக்கிறான் என்பதே அவளுக்கு திருப்தியளித்தது.

“அப்போ உனக்கு ஒன்னும் இல்லையா?” பெருமூச்சு விட்டாள்.

“இல்ல தூரி... ஐம் ரியலி சாரி... நீ எதுவும் சாப்டியா? வா சாப்பிடலாம்!” என்றான்.

“கொஞ்சம் தண்ணி வேணும் குடிக்க! வாட்டர் பாட்டில மறந்துட்டு வந்துட்டேன் பதட்டத்துல!” தெம்பில்லாமல் கேட்டாள்.

உடனே அருகிலிருந்த ரெஸ்டாரண்டுக்கு அழைத்துச் சென்று வித-விதமான சாப்பாடுகளை ஆர்டர் செய்து அவன் கையாலேயே ஊட்-டிவிட்டு தாகம் தீர இரண்டு மூன்று தண்ணீர் பாட்டில்களை வாங்கி அவள் கையில் கொடுத்தான். 'மடக்... மடக்' அருந்திக்கொண்டே, லேட் ஆகிடுச்சு வீட்டுக்கு போனும் டைம்க்கு'' என்றாள். அவனும் அவளு-டனே கைகோர்த்து பயணித்தான், மாலை '5:30' மணிக்கே ஊரை நெறுங்கினர்.

லேட் ஆகிவிடுமோ என்ற பதற்றம் அவளுக்குள். ''உன் நல்ல நேரம்... இவ்ளோ சீக்கிரம் பஸ்
வந்துடுச்சு'' என்றான்.

அழுப்பில் புன்னகைத்தாள் அவனைப் பார்த்து.

''தூரி...நா இன்னைக்கு உன்ன பார்க்க வரலைனா என்ன செஞ்சி-ருப்ப?'' வினாவினான் அவன்.

எதுவும் கூறாமல் அவனை கண்டு புன்னகைத்தாள் அவள். அவளது புன்னகையே அனைத்தையும் புரிய வைத்தது அவனுக்கு. முன்னே வழிய வழிய துரத்தி சென்று காதலித்தும் தன்னை நிமிர்ந்து கூட பார்க்க தயங்கியவள் இன்று தனக்காக இவ்வளவு தூரம் பயணம் செய்து தன்-னருகில் அமர்ந்திருக்கும் அழகை எண்ணி வியந்து வாழ்ந்தால் அவளு-டன் தான் என்று தன் மனதில் உறுதியாக நினைத்தான்.

25

“டொப்… புஷ்ஷ்… டமால்… டுமீல்…!!!”

வானத்து இடியையே வந்து பாரடா என கூறும் வகையில் தீபாவளியின் வெடிச் சத்தம் காதை கிழித்தது.

“மா… தூரிகை… அந்த முன் கதவை கொஞ்சம் சாத்திவிடு. வேட்டுச் சத்தத்துல பட்டிமன்றம் பேச்சு ஒழுங்கா கேட்க மாட்டேங்குது பாரு” கையில் இருந்த டிவி ரிமோட்டில் ஒலியை அதிகப்படுத்தியவாறு கூறினார் ராஜன்.

“சரிங்கப்பா!” ஃபோனை நோண்டிக்கொண்டே கதவை அடைத்தாள்.

“ஏய்… என்னேறமும் ஃபோன்ல என்ன தான் டி பண்ணுவ? வரவர ரொம்ப ஃபோன் நோண்டுற நீ! வந்து இந்த சின்ன வெங்காயத்தை உரிச்சு கொடு” மதிய உணவிற்கான ஏற்பாடுகளை செய்து கொண்டே கூறினாள் மல்லிகை.

“இதோ… வரேன் மா… என் ஃப்ரெண்ட்ஸ் எல்லாம் தீபாவளிக்கு நேத்தைக்கே மெசேஜ் அனுப்பி இருக்காங்க. அத தான் பார்த்துட்டு இருந்தேன்” ஃபோனை மேஜை மேல் வைத்துவிட்டு அடுப்படியினுள் நுழைந்தாள்.

“நீ எதுவும் திரும்ப அனுப்பிராத. இன்னைக்கு அனுப்பினா ஒரு ரூபாய் பிடிப்பான் அந்த கம்பெனிகாரன்” குழம்பை கிண்டியவாறு கூறினாள் மல்லிகை.

“தெரியும் மா… நா யாருக்கும் அனுப்பல” என்றாள் வெங்காயத்தை உரித்துக்கொண்டே.

“சாயங்காலம் நீ, அப்பா, ஆதி எல்லாரும் முருகன் கோயிலுக்கு போய்ட்டு வாங்க. இன்னிக்கு தரிசனம் செய்றது ரொம்ப நல்லது” என்-

றாள் மல்லிகை.

“நானுலாம் போகல. நா தியேட்டர்கு போறேன் மா என் ஃப்ரெண்ட் கூட” டிவி பார்த்துக்கொண்டே கூறினான் ஆதி.

தூரிகையின் மனதில் ஒரே ஆனந்தம். நிமலனை வரச் சொல்லி தீபாவளி அன்று பார்த்துவிடலாமே என நினைத்தாள். மாலை ‘6.30’ மணி அளவில் புது ஆடையை உடுத்திக்கொண்டு எப்பொழுதும் போல் சிட்டாக கிளம்பினாள். கிளம்புவதற்கு ஐந்து நிமிடம் முன்னரே "Nimal! me & appa are going to murugan temple, come soon! உன்ன பார்க்கனும் & don’t reply, ஆதி இருக்கான்” என நிமலனுக்கு மெசேஜ் அனுப்பிவிட்டு சென்ட் பாக்ஸில் அனுப்பிய மெசேஜை டெலிட் செய்தா

அவளும், ராஜனும் கோவிலுக்கு கிளம்ப, ஆதியும் தன் ஏரியா நண்பனுடன் படதுக்கு கிளம்பிச் சென்றான். கோவிலுக்குள் சென்று பிரகாரத்தை சுற்றி வந்துவிட்டு முருகனை கண் மூடி தரிசித்துக் கொண்டிருந்தார் ராஜன். அவளது கண்கள் மட்டும் நிமலனை தேடியது. மின்னலென சட்டென்று வெள்ளைநிர முழு கை சட்டையும், கருப்பு நிற ஜீன்ஸ் பேண்ட்டும் அணிந்து அவள் முன் தோன்றினான். மகிழ்ச்சியில் திழைத்தாள் அவள். பூசாரி பிரசாத தட்டை நீட்ட கற்பூரம் ஒத்திக் கொண்டனர் மூவரும். அவளும் ராஜனும் தரிசனம் முடித்து வீட்டுக்கு நடை பயணம் மேற்கொண்டனர். நிமலனும் அவர்களை பின் தொடர்ந்தான். அவளும் அவனை திரும்பி பார்த்துக் கொண்டே இருந்தாள் ராஜன் அறியாத வண்ணம்.

அவள் தன் கண்ணை விட்டு மறையும் வரை பார்த்துவிட்டு திரும்பியவனின் சட்டையை பிடித்து “யார் டா நீ? எதுக்கு என் தங்கச்சி பின்னாடி சுத்துற?” ஓங்கி அவனது வலது கண்ணத்தில் அறைந்தான் ஆதி.

அவன் ஆதியை அவ்விடத்தில் எதிர்பாராததால் சற்றே பதறியபடி கூறினான், “இல்ல, நீங்க நினைக்கிற மாதிரி எதுவும் இல்ல!”

“உன்ன அப்போ இருந்தே கவனிச்சிட்டு தான் டா இருக்கேன். என் தங்கச்சி எங்க போனாலும் அவ பின்னடியே நீ வர. உன் மொபைல கொடு பார்க்கனும்!” கோபத்தில் அதட்டினான் ஆதி.

அவனின் மொபைல் ஃபோன் முழுக்க தூரியின் அம்மா நம்பரிலிருந்து வந்த மெசேஜ்களும், கால்களும், இவன் அவளுக்கு அனுப்பிய மெசேஜ்களும் நிரம்பியிருந்தன. ஃபோனை கொடுத்தால் தூரிகை மாட்டிக்கொள்வாள் என நினைத்து அவனிடம் கொடுப்பது போல் அருகில் இருந்த பள்ளத்தில் போட்டுவிட ஃபோன் சிதறிப்போனது.

“வேணும்னே கீழ போட்டியா டா? சொல்லு அதுல என்ன இருக்கு?” மேலும் ஆத்திரமடைந்தான் ஆதி.

“அவங்களுக்கும் எனக்கும் எந்த சம்மந்தமும் இல்ல. நான் தான் அவங்க பின்னாடி சுத்துனேன். இனி இப்படி வார மாட்டேன்” என்றான் அவன்.

தன் தங்கை மேல் பிழை இல்லையென நினைத்து, “உன்ன திரும்ப இந்த மாதிரி பார்த்தேன், தொலைச்சுறுவேன்!” ஆள் காட்டி விரலை அவன் முன் நீட்டியபடி கூறினான் ஆதி.

நிமலனும் ‘சரி’ என்று கூறி அவ்விடத்தை விட்டு நகர்ந்தான்.

அடுத்த நாள் பள்ளி செல்வதற்கு புத்தகங்களை எடுத்து பையில் வைத்துக் கொண்டிருந்தாள் தூரி. விறுவிறுவென வந்தவன் புத்தகங்களை தள்ளிவிட்டு அவளின் ஒரு கையை இறுக திருகிக்கொண்டு, “யார் அந்த பையன்?” கத்தினான் ஆதி. அவளின் நெஞ்சம் படபடத்தது. தியேட்டருக்கு சென்றவன் எப்படி நிமலனைச் சந்தித்தான் என்று குழம்பினாள்.

“மா... இவ பின்னாடி ஒருத்தன் சுத்திட்டிருக்கான். இவ ‘ஈ’னு இளிக்கமா அவன் எப்படி வருவான்?” தூரிகையின் கண்ணத்தில் பலாரென ஒரு அறை விட்டான்.

“என்னடா சொல்ற? ஆதி சொல்றது உண்மையா தூரி?” வினவினாள் மல்லிகை. அவள் அழுதுகொண்டே அமைதியாக நின்றாள்.

“தூரி! சொல்லு மா... உனக்கும் இதுக்கும் எதுவும் சம்மந்தம் இருக்கா?” அவளருகில் நின்றுகொண்டு கேட்டார் ராஜன்.

“இல்லப்பா” பொய்யுரைத்தாள்.

“எனக்கு இவ மேல டவுட்டா இருக்குப்பா. வர வர இவ நடவடிக்கையே சரி இல்ல. அந்த பையன இவ டியூசன்ல இருந்து நானும் கவனிச்சிட்டு இருக்கேன். இப்போ அவனை ஒரு அறை விட்டு தான் வந்தேன். இனி வரமாட்டான்” என்றான் ஆதி.

“அறைந்துவிட்டானா !” தனக்குள்ளே அதிர்ந்துபோனாள் தூரி.

“டேய்! எவனோ ஒருத்தன் கூட போய் தகராறு பண்ணிட்டு வருவியா? இந்த வயசுல ஒரு பொண்ணு பின்னாடி பையன் வரலேனா தான் அது அதிசயம். அத அப்படியே விட்டா தானா சரி ஆகிடும். இதுக்காக நீ ஏன் டா அவன அடிச்ச? நம்ம பொண்ணு கரெக்ட்டா இருக்கானு பார்த்துட்டு போறத விட்டுட்டு! நீ வா தூரி, வந்து சாப்பிடு!” அவளை அழைத்துச் சென்றாள் மல்லிகை.

“உனக்கு எதுவும் பிரச்சனை வரக்கூடாதுனு தான் நான் உங்க அண்ணா கிட்ட அப்படி சொன்னேன் தூரி” அன்று இரவு சம்பவத்தை விவரித்தான் அவன்.

“சரி... எனக்கு தெரியும். உன்ன பத்தி கேட்க தான் கூப்டேன். நா அண்ணா ஊருக்கு போன அப்புறம் கூப்பிடுறேன். நீ நாளைக்கு காலேஜ்க்கு கிளம்பனும்ல தூங்கு” என்றாள் அவள்.

26

தூரிகை பன்னிரெண்டாம் வகுப்பு முடித்து கல்லூரி சேர்க்கைக்காக கோக்கணையிலேயே ஒரு கல்லூரியில் சேர்ந்து படித்துவிட வேண்டுமென நினைத்து கவுன்சிலிங் மேற்கொண்டாள். ஆனால், 'திகழ்கொம்பு' எனும் வேறொரு நகரதில் கல்லூரி அமைந்தது. அதுவும் நிமலனிருக்கும் இடம் போலவே தனது ஊரிலிருந்து மூன்றரை மணி நேர தொலைவில் இருந்தது. அதனால் அவளும் விடுதியில் தங்கி பயிலும் நிலைமை ஏற்பட்டது. அவளுடன் பேசுவதற்காகவே நிமலன் அவளுக்கு ஒரு புதிய ஃபோன் வாங்கிக் கொடுத்தான். அதை வீட்டிற்கு தெரியாமலே கல்லூரியில் உபயோகித்து வந்தாள். விடுதியிலிருக்கும் லேண்ட்லைனிலிருந்து தினமும் தனது வீட்டிற்கு பேசி வந்தாள்.

பிறகு தன் ஃபோன் நம்பரை தோழியின் நம்பர் என கூறி அதிலிருந்து அடிக்கடி பேசினாள் தனது வீட்டிற்கு. அவர்களும் அப்படியாக அந்த நம்பருக்கு அழைத்து அவளிடம் பேசி வந்தனர்.

வெகுநாட்கள் சந்திக்காததால் தூரிகையும் நிமலனும் ஒரு நாள் சந்திப்பதற்கு முடிவு செய்தனர். நிமலனும் கிளம்பி திகழ்கொம்பிற்கு வந்தடைந்தான். அடர்பச்சை நிற டீ சர்ட், வெளிரிய நீல நிற ஜீன்ஸ் பேண்ட் அணிந்து ஹீரோ போல கட்சியளித்தான் அவன் அவள் கண்களுக்கு. இருவரும் தியேட்டர், ரெஸ்டாரண்ட், என சுற்றித் திறிந்து இரவில் ஒன்றாக ஊருக்குப் பயணம் செய்ய முடிவு செய்தனர். அதனால் அவளும் தன் வருகையை வீட்டில் சொல்லவில்லை. நேரத்தை பார்த்து கிளம்பும் முன் சொல்லிக் கொள்ளலாம் என்று முடிவு செய்தாள்.

இருவரும் பேருந்தில் கைகோர்த்தபடி எங்கெங்கோ சுற்றித்திருந்தனர்.

"ச்ச... ஃபோன் ஸ்விட்ச் ஆஃப் ஆயிடுச்சே! தூரி... உன் ஃபோன கொடு, நாம ஊருக்கு போக கொஞ்சம் லேட் ஆயிரும். ஸோ, உன்ன

போய் ட்ராப் பண்ண ஃப்ரெண்ட் கிட்ட வண்டி கேட்டுட்ருந்தேன் அதுக்குள்ள ஆஃப் ஆகிடுச்சு'' அவனது கைபேசியில் இருக்கும் சிம்ஜ கலட்டியவாறு கூறினான். அவனுடன் இருக்கும் குதூகலத்தில் வீட்டிற்கு பேசுவதை மறந்து ஃபோனை அவனிடம் கொடுத்தாள். அவன் அதிலிருக்கும் தூரிகையின் சிம்ஜ கழட்டி அவளிடம் கொடுத்துவிட்டு, தன்னுடையை சிம்ஜ ஆக்ட்டிவேட் செய்து தன் நண்பனிடம் பேசிக்கொண்டிருந்தான்.

''ஹே... பஸ் வந்திருக்கு பாரு... வா தூரி... இதவிட்டா அப்புறம் ரொம்ப லேட் ஆகிடும்'' விடுவிடுவென இருவரும் பேருந்தை நோக்கி ஓடினர். பேருந்தின் மைய பகுதியில் இருவர் அமரும் இருக்கையில் அமர்ந்தனர்.

அப்பொழுது இரவு மணி '7.00'.

''எத்தன மணி ஆகும் நம்ம ரீச் ஆக?'' கையில் இருந்த உருளைக்கிழங்கு வருவளை கொறித்துக்கொண்டே வினவினாள்.

'''10.30' ஆகிடும். அன்னைக்கு மாதிரி பஸ் இன்னைக்கு ஸ்பீடா போச்சுனா நல்லது!'' அவளின் வலது கையை பற்றிக்கொண்டன். பேருந்து நகர ஆரம்பித்தது.

''யூஷ்வலா, ஈவினிங் கிளம்பினா இங்க இருந்து '9.30' காவது போயிடுவேன் வீட்டுக்கு. இன்னிக்கு லேட்னு பொய் சொல்ல வேண்டியது தான்'' கையில் இருந்த தீனியை நிமலனிடம் கொடுத்துவிட்டு அவனின் இடப்புற தோள் பட்டையில் தலை சாய்ந்து உறங்கினாள். அவள் உறங்கும் அழகை ரசித்தபடி, சுற்றித்திரிந்த களைப்பில் அவனும் உறங்கிப்போனான்.

''மல்லி, என் ஃபோனை எடு, பாப்பாக்கு போடுவோம், மணி '8.00' ஆகிடுச்சு பாரு!'' அடுத்தநாள் வழக்காடுவதற்காக மூக்கு கண்ணாடியை மாட்டிக்கொண்டு வீட்டில் தனது கேஸ் கட்டுகளை புரட்டிக்கொண்டிருந்தார் ராஜன்.

''இந்நேரம் கால் பண்ணி இருப்பாளே! இந்தாங்க போட்டு பாருங்க, எதுவும் படிச்சுட்டு இருக்களோ என்னவோ?'' ஃபோன்னை ராஜனிடம் நீட்டியவாரே கூறினாள் மல்லிகை.

'நீங்கள் அழைத்திருக்கும் நபரின் எண்ணானது ஸ்விட்ச் ஆஃப் அல்லது தொடர்பு எல்லைக்கு வெளியே உள்ளது. தயவு செய்து மீண்-

டும் முயற்சிக்கவும்', அந்த ரெகார்டிங் வாய்ஸ் மட்டுமே ஒலித்தது ராஜன் நான்கு ஐந்து முறை முயற்சித்தும்.

"ஏங்க, அது அவ ஃப்ரெண்ட் ஃபோன்னு தான சொன்னா? அந்த பொண்ணு எதுவும் வச்சிருக்குமோ என்னமோ! நீங்க ஹாஸ்டல் நம்பருக்கு போடுங்க!" என்றாள் காத்திருக்கும் அதிர்ச்சியை அறியாத மல்லிகை.

"ட்ரிங்... ட்ரிங்..."

"ஹலோ... நா ஃபர்ஸ்ட் இயர் ஸ்டூடண்ட் தூரிகையோட அப்பா பேசுறேன் மேடம். அவங்கள
கொஞ்சம் கூப்பிடுறீங்களா, பேசணும்" என்றார் விசயத்தை அறியாத ராஜன்.

இரண்டு நிமிடத்தில்......

"சார், உங்க பொண்ணு இங்க இல்ல. அவங்க மதியமே ஊருக்கு கிளம்பிட்டாங்களே!" என்றார் விடுதிக் காப்பாளர்.

"என்ன சொல்றீங்க? மதியமே கிளம்பின பொண்ணு இன்னும் வீட்டுக்கு வரலயே? ஃபோனும் பண்ணலையே வரேனு! நீங்க கொஞ்சம் செக் பண்ணி பார்த்துட்டு சொல்லுங்க மேடம் ப்ளீஸ்!" வெலவெலத்தார் ராஜன்.

"சார்.... நல்லா செக் பண்ணிட்டோம், அவங்க ஊருக்கு போறேனு லெட்டர் சப்மிட் பண்ணிட்டு தான் போயிருக்காங்க!" கூறினார் காப்பாளர்.

"சரிங்க மேடம்" ஃபோனை வைத்துவிட்டு மல்லிகையிடம் விசயத்தை கூறினார் ராஜன்.

"என்ன சொல்றீங்க? எங்க போயிருப்பா? அவ ஃப்ரெண்ட்ஸ்களுக்கு கால் செய்து பாருங்க" பதபதைத்தாள் அவள்.

"எல்லோரும் மதியம் ஒன்னா தான் கிளம்புனதாவும் அவங்க அவங்க ஊருக்கு போயிட்டதாவும் சொல்றாங்களே!" அவளின் தோழிகளுக்கு கால் செய்துவிட்டு கூறினார் அவர்.

"ஐயோ! எங்க போயிருப்பா?" பொலபொலவென கண்ணீர் வடித்தாள் அவள்.

"யார்கிட்ட எங்க போய் தேடுறது? இந்நேரம் வீட்டுக்கு வந்திருக்கனுமே! நா ஆதிக்கு விசயத்த சொல்றேன்" ஆதியின் நம்பரை டயல்

செய்தவாறு கூறினார்.

விசயம் தெரிந்து ஒரு மணி நேர தொலைவில் வேலை நிமித்தமாக சென்றவன் “அன்னைக்கே சொன்னே அவ சரி இல்ல, அந்த பையன் அவ பின்னாடி வரான்னு! கேட்காம தூரத்துல வேர சேர்த்துவிட்டீங்க, இப்போ அசிங்கப்படுத்திட்டாள நம்மல!” ஆத்திரத்தில் நறுநறுவென கத்திவிட்டு வீட்டிற்கு விரைந்தான். மல்லிகையும் ராஜானும் செய்வதறியாது தவித்தனர்.

மணி இரவு ‘10.00’ ஆனது.

உறங்கிக்கொண்டிருந்தவன் நடந்ததுனரின் சீழ்க்கை ஒலி கேட்டு எழுந்தான், “தூரி.... ஊறுகிட்ட வந்துட்டோம். எழுந்திரி!” உசுப்பினான் அவளை. ஆழ்ந்த உறக்கத்தில் இருந்தவள் சட்டென உலுக்கி எழுந்தாள்.

"நல்லா தூங்கிட்டேனா?” என்றாள் கண்களை துடைத்துக்கொண்டே.

“ஆமா.... நானும் தூங்கிட்டேன் டையர்ட்ல" கொட்டாவி விட்டவாறு கூறினான். சிம்ஐ கழட்டி விட்டு ஃபோனை அவளிடம் கொடுத்தான். அதை வாங்கி அவளது பையில் இருக்கும் சிப்பில் போட்டுவிட்டாள்.

“வீட்ல திட்டப்போறாங்க! கால் கூட பண்ண மறந்துட்டேன்!” என்றாள்.

இருக்கையிலிருந்து எழுந்து இறங்குவதற்கு ஆயத்தமானர்.

டூ வீலரை எடுத்துக்கொண்டு, அவளை பின்னே அமர வைத்து அவளது லக்கேஜை எஞ்சின் மேல் வைத்துவிட்டு சல்லென பறந்தான் அவளது வீட்டில் இறக்கி விட.

“போய்ட்டு ஃபோன் பண்ணு தூரி... வீட்ல என்ன சொன்னாங்கனு! லவ் யூ!” அவளது வீட்டின்
அருகே சென்றுகொண்டு கூறினான்.

“மம்... ஓகே... லவ் யூ டூ!” புன்னகைத்தாள் அவள்.

“வீடு வந்திருச்சு தூரி.... பத்திரம்” என வண்டியை அவளின் வீட்டின் அருகே நிறுத்தினான்.

“நீயும்! பத்திரம்” அவனிடம் கூறிக்கொண்டே தன் பையை கைகளில் சுமந்துகொண்டு நகர ஆரம்பித்தவளின் எதிரில் சிவந்த கண்களுடனும், முறுக்கு மீசையுடனும், வேட்டைக்கு செல்லும் கருப்பசாமி போல்

காட்சியளித்தான் ஆதித்யன்.

27

அவனை அந்நேரதில் எதிர்பாராததால் அதிர்ந்து போனர் இருவரும்.

“டேய்! யாரு டா நீ? என் தங்கச்சிய என்ன டா பண்ண?” ஓடிவந்து வெறிகொண்டு தாக்கினான் நிமலனை.

“அண்ணா! ப்ளீஸ் விட்டுறு” கையில் சுமந்த பையை ‘டொப்’ என கீழே போட்டுவிட்டு ஆதியை நோக்கி ஓடினாள். சத்தம் கேட்டு மல்லிகையும் ராஜனும் வெளியில் வந்தனர்.

“டேய்! ஆதி, நிறுத்து டா! நம்ம பொண்ண கண்டிக்கத் தான் நமக்கு உரிமை இருக்கு. எவனோ ஒருதன் மேல கோபப்பட்டா எல்லாம் சரி ஆகிடுமா? கையை எடு அந்த பையன் மேல இருந்து!” ஆத்திரத்திலும் நிதானம் தவறவில்லை ராஜன். பற்களைக் கடித்துக்கொண்டு நிமலனின் கழுத்திலிருந்து தன் கையை மெல்ல இறக்கினான்.

“எங்க டி போன? யார் அந்த பையன்? என்ன காரியம் டி பண்ணி வச்சுருக்க? ஐயோ!” தலையில் அடித்துக்கொண்டே அவளை உள்ளே இழுத்துச் சென்றாள் மல்லிகை. அந்நிமிடத்திலும், ‘பயப்படாத! நா இருக்கேன்!’ என்று சொல்வது போல் அவளைப் பார்த்து கண் அசைத்தான் நிமலன் முகத்தில் கீரல்களுடன். அழுதவாறு நிமலனை பார்த்துவிட்டு நகர்ந்தாள் தூரி.

“தம்பி, நீ போ பா! இனி, என் பொண்ணு உன்ன தேடி வர மாட்டா! கிளம்பு!” கண்ணீர் சிந்தியவாறு நிமலனிடம் கூறிவிட்டு ஆதியை கூட்டிக்கொண்டு உள்ளே சென்றார் ராஜன்.

அவளை அடுத்து பார்க்க முடியுமோ முடியாதோ? அவளுக்கு என்ன நேரும்? அவளது வீட்டில் என்ன முடிவு எடுப்பார்கள்? என பல கேள்விகளுக்கு விடை தெரியாமல் கலங்கிய மனதுடன் அவ்விடத்தை

விட்டு செல்ல மனமில்லாமல் சென்றான் நிமலன்.

“அடிக்காத டா அவளை விடு ஆதி!” கதறினர் மல்லிகையும் ராஜனும். எதற்காகவும் தன் மகள் மீது கை வைக்காமல் வளர்த்த பாசம் ஆதி அவளை அடிப்பதைக் கண்டு கதற வைத்தது அவர்களை.

“அப்பா.... இவ இனி படிக்கலாம் போக கூடாது. படிக்க அனுப்பினா எவன் கூடயோ சுத்திட்டு வரா! இவள நம்பி திரும்ப அனுப்பினீங்கனா நா மனுசனாவே இருக்க மாட்டேன், வீட்ல கிடக்கட்டும் கழுதை!” உதைத்தான் அவளை.

“அம்மா.... அப்பா....” துடிதுடித்தாள் அவள்.

“போதும் நிறுத்து டா! இதுக்குமேல அவள அடிக்காத!” அவனை தள்ளிவிட்டு கீழே கிடந்தவளை தூக்கினாள் மல்லிகை.

“தூரி.... ஏன்டா இப்படி பண்ண? அப்பா அம்மா உனக்கு என்ன டா குறை வச்சோம்?” வேதனையுடன் வினவினார் ராஜன்.

“அப்பா....” எதுவும் சொல்ல முடியாமல் தவித்தாள் அவள்.

“அப்பா கேக்குறார்ல சொல்லு டி!” என அவளின் தலையை வருடினாள் மல்லிகை.

“சாரி...ப்பா...” என்றாள் அழுதுகொண்டே.

“இனி இப்படி பண்ண மாட்டேல டா? அது மட்டும் சொல்லு அப்பாக்கு” அமைதியாக இருந்தாள் அவள்.

பூசை அறையிலிருக்கும் கற்பூரத்தை ஏற்றிக்கொண்டு வந்தாள் மல்லிகை, “சூடத்து மேல அடிச்சு சத்தியம் பண்ணி சொல்லு டி இனி இப்படி பண்ண மாட்டேனு!” என்றாள்.

“ஏன் மா இப்படி எல்லாம் கேட்குறீங்க?” செய்வதறியாது தவித்தாள் அவள்.

“சத்தியம் பண்ணு” மூவரும் கூறினர்.

“நான் நிமலனை விட முடியாது! கடவுளே! மன்னிச்சுடு!” நெருப்பை அனைத்து பொய் சத்தியம் செய்தாள்.

“நீ என் பிள்ளை டா செல்லம்!” அவளைத் தழுவிக்கொண்டனர் ராஜனும் மல்லிகையும்.

ஆனால் அவளை அடுத்து திகழக்கொம்பு அனுப்பி படிக்க வைக்க வேண்டாமென்ற ஆதியின் வற்புறுத்தளால் அவளை அரையாண்டில் கல்லூரியிலிருந்து நிறுத்தினர். அன்றைய தினத்திலிருந்து அவளை எங்-

கேயும் அனுப்ப மறுத்து வீட்டினுள்ளேயே சிறை வைத்தனர். கைபேசியை எடுக்க அனுமதி மறுக்கப்பட்டது. நண்பர்கள் யாரும் தானாக அழைத்தாள் மட்டும் எடுத்து பேச அனுமதி வழங்கப்பட்டது.

ஆனால் நிமலன் வாங்கிக்கொடுத்த மொபைலிலிருந்து அவனுக்கும் நிவேதாவிற்கும் நடக்கும் விசயங்களை அவ்வப்போது பகிர்ந்து கொள்வாள். வேல்விழியை மட்டும் அவளால் தொடர்பு கொள்ளவே முடியவில்லை. அவளது தாய் தந்தையரும் வீட்டை காலி செய்து எங்கோ சென்றனர்.

அவள் கைகளில் மொபைல் இருப்பது யாருக்கும் தெரியாதவாறு சமையலறையின் பரண் மேல் கவிழ்த்து வைக்கப்பட்டிருக்கும் மண்பானையின் தலைக்கு அடியில் ஒழித்து வைத்து எடுத்து வந்தாள். வீட்டில் யாரும் இல்லாதபொழுது நிமலனுக்கு ஃபோன் பேசி வந்தாள். நிமலன் அவள் பேசும் பொழுது பேசிக்கொண்டு அவளுக்கு ஆதரவு அளித்து வந்தான் தன் கல்லூரி படிப்பை தொடர்ந்துகொண்டே.

ஆறு மாதங்கள் கடந்தது....

அன்று அவனிடம் பேசும்பொழுது “நா இப்போ கணக்குப்படி செகண்ட் இயர் படிக்கனும் பட் இப்படி ஒன்னுக்கும் உதவாம உட்காந்திருக்கேன். ஆதி வேற ரொம்ப அடிக்கிறான் சும்மா சும்மா இப்போலாம். நம்ம விசயம் நடந்ததுல இருந்து” வறுந்தினாள் அவனிடம்.

“அண்ணன்’னா அப்படித்தான் இருப்பாங்க, பின்ன நம்ம பண்ணதுக்கு கொஞ்சுவாங்களா? எனக்கு ஒரு தங்கச்சி இருந்து இப்படி பண்ணிருந்தா நானும் இப்படி தான் நடந்துருப்பேன்! ஆமா... பக்கத்துல இருக்க காலேஜ்ல சேர்க்க போறதா சொன்னியே? அது என்னாச்சு தூரி?” வினாவினான் அவன்.

“சொல்லிட்டு இருக்காங்க! சேர்ப்பாங்கனு நினைக்கிறேன்” சலித்துக் கொண்டாள்.

“கண்டிப்பா சேர்ப்பாங்க. எந்த நிலைமைலேயும் நா உன்ன விட்டு போகமாட்டேன். ஸ்டே ஸ்ட்ராங்!” தேற்றினான் அவளை.

“சரி... வச்சிடுறேன். அம்மா கடைக்குப் போய்ட்டு வந்துட்டாங்க போல சத்தம் கேட்குது!” அவன் பதிலளிக்கும் முன்னரே ஃபோனை ஆஃப் செய்தாள் அவள்.

சிறிது நாட்களில்...

அவர்கள் ஊரின் மிக அருகில் இருந்த பெண்கள் கல்லூரியில் சேர்ந்தாள். மீண்டும் முதலாம் ஆண்டிலிருந்து பியிலலானாள். கல்லூரிக்கு மீண்டும் சென்றாலும், முன்பை போல நிமலனும் அவளும் சந்தித்துக் கொள்ளும் வாய்ப்பு மட்டும் அமையவே இல்ல. கல்லூரி பேருந்து அவளின் வீட்டின் அருகாமையில் வந்து ஏற்றிச் சென்று வந்து இறக்கிவிடுவதால் என்றாவது நிமலன் ஊருக்கு வந்திருக்கையில் அவள் பேருந்தில் பயணிக்கும்பொழுது வெளியே நின்றுகொண்டு ஜன்னல் வழியே அவளைக் கண்டு மகிழ்ந்து வந்தான். அவளும் அவனை காணாமல் மிகவும் வருந்தினாள்.

அப்படியாக நிமலன் தனது கல்லூரி படிப்பை முடித்தான்.

“எப்படியாவது வந்து பேசி என்ன சீக்கிரம் கல்யாணம் செஞ்சுக்கோ நிமல்” கெஞ்சினாள் ஃபோனில்.

“இப்போ தான தூரி படிச்சு முடிச்சிருகேன். உன்ன நல்லா பார்த்துக்கனும்னா நா நல்ல வேலைக்குப் போகனும். அதுக்காக நா இன்னும் ஒன் இயர் வேர ஒரு கோர்ஸ் படிக்கணும்!” நிலைமையை விவரித்தான்.

“இன்னுமா படிக்கணும்?” அழுதுகொண்டே கேட்டவள், யாரோ வருவது போல உள்ளதென ஃபோனை அனைத்தாள்.

எப்பொழுதும் போல் ஃபோனை தான் வைக்குமிடத்தில் வைக்கச் சென்றாள் தன் துப்பட்டாவில் மறைத்துக்கொண்டே.

“ஏய் நில்லு! என்ன வச்சிருக்க கையில?” சந்தேகத்துடன் கேட்டான் உள்ளே நுழைந்த ஆதி.

“ஒன்னும் இல்லையே!” பீதியில் பதிலளித்தாள் மொபைல் ஃபோனை இறுகப்பிடித்துக்கொண்டு. கன்னத்தில் பலாரென ஒரு அறை விட்டான் அவன். அவள் கையில் இருந்த ஃபோன் கீழே விழுந்தது.

“அன்னைக்கே நோட் பண்ணேன் உன்ன! அம்மா இவ இன்னும் திருந்தள உங்கள நடுத்தெருவுல நிக்க வச்சு அசிங்கப்படுத்த போறா!” மீண்டும் அறைந்தான். அவள் பயத்தில் வெம்பினாள். கீழே கிடந்த ஃபோனை எடுத்து வைத்துக்கொண்டான் அவன். வீட்டிலிருக்கும் மூவரும் சேர்ந்து முடிவு செய்து அவளை தீவிரமாக கண்காணிக்க தொடங்கினர். காலை பேருந்து நிறுத்தம் வரை யாரேனும் ஒருவர் அவளுடனேயே சென்று பேருந்து ஏற்றிவிட்டு, மாலை மீண்டும் ஸ்டாப்பிற்கு சென்று அழைத்து வந்தனர். இனி தோழிகள் அழைத்தாலும்

பேசக்கூடாதென சட்டம் தீட்டினர். ஆனால் காதல் எந்தச் சட்டத்திற்கும் உட்பட்டது அல்லவே!

நிமலனும் அவளும் சந்தித்து பேசி பல மாதங்கள் ஆயின. அவளை தொடர்புகொள்ள முடியாமல் அவனும், அவனை தொடர்புகொள்ள முடியாமல் அவளும் பரிதவித்தனர். இரவில் அனைவரும் உறங்கிய பின்னர் மல்லிகையின் செல் ஃபோனை எடுத்துப் பேச முயன்றாள். அவ்வப்போது அவனுடன் மெசேஜில் மட்டுமே பேசினாள். நிமலன் தன் ஒரு வருட படிப்பை முடித்து வேலை தேட ஆரம்பித்தான். அவளும் வீட்டிலிருப்போரிடம் அவனுடன் பேசுவதை சௌகரியமாக மறைத்து வந்தாள். ஆனாலும் அவள் நடத்தையில் அனைவருக்கும் எதுவும் புரியாமல் இல்லை.

நாட்கள் நகர்ந்தன..

அனைத்தும் சற்று மாற துவங்கியது. இப்பொழுது அவ்வளவாக யாரும் அவளுடன் பேருந்துவரை வந்து விடுவதில்லை. அப்படியிருக்க ஒரு நாள் "நா வேலைக்காக அப்ராட் போகனும் தூரி. வேலை தேடிட்டு இருந்தேன்ல இப்போதான் இன்னைக்கு தான் ஓகே ஆச்சு!" ஆனந்தத்தில் கூறினான் நிமலன்.

ஒரு நிமிடம் மௌனமாக இருந்துவிட்டு கேட்டாள், "எப்போ திரும்ப வருவ?"

"ரெண்டு வருச காண்ட்ராக்ட், ஸோ, இப்போ கிளம்பினா அடுத்து ரெண்டு வருசம் ஆகிடும் வரதுக்கு!" அவன் கூற, அவள் அதிர்ந்து போனாள்!

"என்ன பத்தி யோசிக்கவே இல்லையா? இந்த நேரம் இப்படி சொல்ற? ரெண்டு வருசம் என்ன
பண்ணுவேன் இங்க நீ இல்லாம?" புலம்பினாள்.

"மாஸ்டர் டிகிரி படி தூரி! நா வந்துடுவேன் சொன்ன மாதிரியே!" அவன் கூற,

"நான் உன்ன பார்க்கனும் நாளைக்கு! இல்ல இப்போவே!" அழுதாள்.

ஒரு விடுமுறைநாளில் ராஜனும் மல்லிகையும் விசேசத்திரக்காக தூரத்திலிருக்கும் ஒரு உறவினர் ஊருக்கு சென்றனர். ஆதியும் வெளியூர் சென்றிருந்தான். அவள் வீட்டில் தனிமையில் இருப்பதாள் மல்லிகையின்

ஃபோனை அவளிடம் கொடுத்துவிட்டு சென்றனர். அவர்கள் கிளம்பியதும், கிடுகிடுவென அவளும் கிளம்பி நிமலனைக் காணப் புறப்பட்டாள். இருவரும் தாங்கள் முதன்முறையாக சென்ற அனுமன் கோவிலுக்குச் சென்று வேண்டிக்கொண்டு திரும்பினர்.

“எனக்கு ரொம்ப பயமா இருக்கு! நீ வரதுக்குள்ள கல்யாணம் அப்படி இப்படினு சொல்லிடாங்கனா? வேல்விழிக்கு நடந்த மாதிரி எனக்கும் நடிந்திருச்சுனா?” டூ வீலரின் பின்னே அமர்ந்து அவனை இறுகக் கட்டிக்கொண்டு அழுதாள்.

வண்டியை ஒரு ஓரமாக நிறுத்திவிட்டு அவளை சமாதானம் செய்தான், “தூரி.. கண்டிப்பா உங்க வீட்ல அப்படி ஒரு முடிவு எடுக்கமாட்டாங்க! உங்க அப்பா அன்னைக்கு நாம மாட்டினப்போ என்கிட்ட பேசுனதும் சரி, இவ்ளோ நடந்தும் உன்ன மேலும் மேலும் படிக்க வைக்கிறதும் சரி, அவர் முற்போக்கு சிந்தனையாளரா தன் தெரியுறாரு! இல்லனா எப்போவோ நீ சொன்னது எல்லாம் நடந்திருக்கும்!”

“ஆனா ரெண்டு வருசம் எப்படி? இப்போவே எனக்கு வயசு இருபத்து ஒன்னு ஆக போகுது. நீ வரப்போ இருபத்து மூனு முடிஞ்சுரும். எவ்ளோ முற்போக்கு சிந்தனையாளரா இருந்தாலும் எந்த அப்பாவும் இந்த வயசுல இருக்க தன் பொண்ண பத்தி யோசிப்பாங்க. இந்த சொசைட்டியே யோசிக்க வச்சிறும்!” புலம்பித் தவித்தாள்.

"இப்போ என்ன செய்யலாம்னு சொல்ற? உங்க வீட்ல வந்து பேசவா முடியும் இப்போவே? எனக்கு இப்போ தான் இருபத்து மூனு முடிஞ்சுருக்கு. இப்போ வந்து நா என்னனு சொல்ல?” குழம்பினான்.

“எனக்கு தெரியாது! ஏதாவது பண்ணு!” அவனைக் கட்டிக்கொண்டு கண்ணீர் வடித்தாள்.

அவன் உடனே அருகிலிருந்த சீமைக் கருவேளம் செடியின் முல்லை எடுத்து தன் வலது கை கட்டை விரலில் கிழித்து வரும் இரத்தத்தில் அவளது நெற்றியில் திலகமிட்டு கூறினான்,

“நா சீக்கிரம் வந்துருவேன் தூரி....”

சிறிது நாள் கழித்து,

“பார்த்து பத்திரமா போய்ட்டு வா! நா உனக்காக வெய்ட் பண்ணிட்டு இருப்பேன் எத்தன வருசம் ஆனாலும்!” போர்வைக்குள் அழுது கொண்டே மல்லிகையின் ஃபோனிலிருந்து மெசேஜ் அனுப்பினாள்

அவள்.

"I love you so much Thoori! I'll be back soon as I told earlier. You are my soul. I want to make a everlasting love with youand live a loving life togetheras I already told you when I proposed. You are my precious gift I have ever got in my life till now and forever. And I promise You... these words will remain same through out my life. I'm so sorry for making you to solely manage the situations happening there. But, please wait for me. I miss you so much and I love you!" கண்கலங்கியபடி விமானத்தில் அமர்ந்துகொண்டு மெசேஜ் செய்தான் அவன்.

"Sure! I will! I believe you as I always tell u! I try to manage everything happens here. Come soon! I'll be waiting for you! Love you a lot... Miss you more..." மெசேஜை அனுப்பிவிட்டு கதறினாள்.

காலம் கடந்தது!

அவளது வீட்டில் இருப்போருக்கு அவள் மேல் இருந்த கோபம் சிறிது சிறிதாக தணிந்தது. நிமலனின் நினைப்பும் அவனை காண இயலாத தவிப்பும் அவளை வாட்டி வதைத்தது. நினைத்தவுடன் காண முடியாத அளவிற்கு தொலைவில் சென்றிருந்த அவனின் வருகையை எண்ணி இருவரும் சேர்ந்து சென்ற இடங்களுக்கு அவள் மட்டும் தனியாய் பயணித்து மீண்டும் அந்த இன்பத்தை உணர்ந்து ஆறுதலடைந்தாள். வீடியோ காலில் பேசும் வசதியுடைய ஃபோன் அப்பொழுது அவளிடம் இல்லை. மல்லிகையின் ஃபோனில் டாப் அப் செய்து என்னவென்று பேசுவதற்குள்ளேயே பேலன்ஸ் அனைத்தும் முடிந்துவிடும். பிறகு நிமலனாக கால் செய்தால் தான் பேச முடியும். இப்படியாக ஏதோ ஒரு விடாப்பிடியான நம்பிக்கையில் ஒவ்வொரு நாள் பொழுதையும் கழித்தாள்.

சில நாட்களில் மேற்படிப்பிற்காக சிறிது தொலைவிலிருக்கும் கோஎட் கல்லூரியில் சேர்ந்தாள். விடுதியில் தங்கி பயின்றாள். அவளது பெற்றோர் அவளுக்காக ஒரு சிறிய பேசிக் மாடல் மொபைல் ஃபோனை வாங்கிக்கொடுத்தனர் அவளுடன் தினமும் பேசுவதற்காக. அதிலிருந்தே நிமலனுக்கு பேசி வந்தாள். கல்லூரி முடிந்து விடுதிக்கு வந்து இரவில்

ஒரு ஐந்து நிமிடம் கூட அதிகம் இருவரும் பேசிக்கொள்வது மணிக்கணக்காக விடிய விடிய பேசிய காலம் சென்று ஒரு நாளைக்கு ஒரு கால், ஐந்து நிமிட பேச்சென அனைத்தும் மாறியது நிமலனின் கடினமான வேலைப்பளு காரணமாக.

ஆனால், எப்பொழுதிலும் இருவரும் தங்கள் காதலையும் காத்திருப்பையும் மாற்றிக் கொள்ளவில்லை. காதல் என்பது ஒருவரை விட்டு ஒருவர் பிரியாமல் சேர்ந்து வாழ்வது அல்ல. எவ்வளவு தூரம் தொலைவில் சென்றாலும் அவருக்காக அதே காதலுடன் காத்திருப்பதே! தங்கள் காதலுக்கு தொலைவு ஒன்றும் தூரமல்ல என இருவரும் உண்மையாக இருந்தனர்.

இரண்டு வருடம் கழிந்தது.

28

காலை கதிரவன் கண்களை திறக்க, சிட்டுக்குருவிகள் சிறகடிக்க, இதமான காற்று அவளின் நெற்றியை வருடிக்கொண்டிருக்கும் முடியை மெல்ல அசைக்க, காதுகளில் ஹெட் ஃபோன் அணிந்துகொண்டு வீட்டின் அருகிலிருக்கும் காலி இடத்தில் காலாற நடந்து கொண்டிருந்தவளின் ஃபோன் ஒலித்தது.

நிமலனின் பெர்சனல் நம்பரிலிருந்து நார்மல் கால் வந்தது. சிந்தித்தபடியே கால்ஐ பிக் செய்தாள்.

“என்ன இந்நேரத்துக்கே சார் கூப்பிடுறீங்க?”

“எங்க இருக்க நீ ?” வினாவினான் அவன்.

“க்ரவுண்ட்ல சும்மா நடந்துட்டு இருக்கேன்” பதிலளித்தாள்.

“அப்படியே கொஞ்சம் முன்னாடி நடந்து வா!” அவன் கூற, அவள் அவ்வாறே செய்தாள்.

கருப்பு நிற முழுக்கை சட்டை அணிந்துகொண்டு, நீல நிற ஜீன்ஸ் பேண்ட் போட்டு கையில் செம்பு காப்பு, அணிந்து லெதர் செருப்பு போட்டு, அதிகாலையிலேயே ப்ரெஸ்ஷாக குளித்து முடித்து, தன்னவளைக் காண குடுகுடுவென ஓவடிவந்தவன் தன் டூ வீலரின் மேல் சாய்ந்து தன்னவளை நோக்கி நின்றிருந்தான்.

அவனை இரண்டு வருடம் கழித்து திடீரென கண்ட அதிர்ச்சியில் அவனை நோக்கி ஓடினாள்.

“எப்போ வந்த நிமல்? என்கிட்ட ஏன் சொல்லல?” அவனின் கைபிடித்து அழுதாள்.

“இப்போதான் ஒரு மணி நேரத்துக்கு முன்னாடி தான் வந்தேன்” அவளின் தலைமுடியை வருடியபடியே உனக்கு சர்ப்ரைஸா இருக்கட்டு-

மேனு தான் சொல்லல என்று வெளிநாட்டிலிருந்து அவளுக்காக வாங்கிவந்த சாக்லேட் கவரினை அவளிடம் நீட்டினான்.

“ஐஐ..... சாக்லேட்ஸா! இத தெரியாம நா வச்சு சாப்டுறதுகுள்ள!” சலித்துக்கொண்டு இது இருக்கட்டும், எப்போ நம்ம கல்யாணத்த பத்தி பேச போற வீட்ல?” என்றாள்.

“இன்னைக்கு எங்க வீட்ல பேசிட்டு சொல்றேன்!” சிரித்தான், தான் காத்திருந்ததற்கு பலன் கிடைத்ததென மகிழ்ந்தாள் அவள்!

“ஏப்பா நிமலா அம்மாக்கு கோடாறி தைலம் வாங்கிட்டு வந்தியா? இதென்ன பேரீட்சம் பழமா?” நிமலன் ஊரிலிருந்து எடுத்து வந்த பெட்டியினுள் இருந்த பொருட்களை எடுத்து வைத்தவாறே வினவினாள் கல்யாணி.

“ஆமா மா! எல்லாம் உனக்குத்தான். அப்பாவும் நீயும் சாப்பிடுங்க. கோடாறி தைலம் ஒரு பாக்ஸ் வாங்கிட்டு வந்துருக்கேன். ஊத்தி ஊத்தி தேய்ச்சுக்கோ!” நக்கலடித்தான் அவன்.

“அடுத்து எப்போ பா ஊருக்கு போற?” வினவினார் தங்கன்.

“இப்போ தானப்பா வந்துருக்கேன்!” சலித்து கொண்டான் அவன்.

“ஏன் யா சும்மாவே இருக்க மாட்டியா? அவனே ரெண்டு வருசம் கழிச்சு இப்போ தான் வந்திருக்கான்! எப்போ கிளம்புவனு கேட்குற! போ, போய் கோழி அடிச்சு வாங்கிட்டு வா, குழம்பு வைக்கனும் பிள்ளைக்கு!” அக்கறையாகக் கூறினாள் கல்யாணி.

அனைவரும் சாப்பிட்டு முடித்தனர்.

கட்டிலின் மேல் புறண்டு கொண்டே கேட்டாள் கல்யாணி, “நிமலா, அடுத்து எப்போ பா வேலைக்கு போவ?”

“ஏம்மா காலைல அவர திட்டிட்டு இப்போ நீ கேக்குற? போனும் மா!” என்றான் ஃபோனை நோண்டிக்கொண்டே.

“சரி, சரி! சும்மா தான் கேட்டேன் கோச்சுக்கிறாத! உனக்கு அடுத்து கல்யாணம் காட்சி வேற
பாரக்கனும் அதுக்கு பணம் சேர்த்து வைக்கணும்ல இன்னும்! அதான் கேட்டேன்” என்றாள்.

கல்யாணம் என்றவுடன் அவன் வாய் திறந்தான் “மா நா உன்கிட்டேயும் அப்பாகிட்டேயும் கொஞ்சம் பேசனும்!” அவன் கூற, “யாரை யாவது லவ்வு பண்ணிட்டு வந்துட்டியா டா அங்க வெளிநாட்டு காரிய?”

கிண்டலாக கேட்டார் தங்கன்.

“ம்ம்ம்.... ஆமா! வெளிநாடு இல்ல உள்நாடு!” பதிலளித்தான்.

“ஐயோ! என்ன டா என் தலையில மண்ண வாறி போடுற? யாரு டா அவ?” கட்டிலிலிருந்து பரபரவென எழுந்து அமர்ந்தாள் கல்யாணி.

“நம்ம ஊரு தான்!” தயங்கினான்.

“அந்த மினி பஸ்ல பார்த்த பொண்ணா டா?” கேலியாக கேட்டார் தங்கன்.

“ஆமா பா! எப்படி கரெக்ட்டா சொன்னிங்க?” சிரித்தான்.

பகீரென ஆனது அவருக்கு.

“நா அன்னைக்கே சொன்னேன்லடி உன்கிட்ட! நீ தான் அவன் மழுப்புறதுல மயங்கி நம்பிட்ட!” தலையில் அடித்துக்கொண்டார் தங்கன்.

“எப்படி எப்படி வழக்க இப்படி சொல்றியே டா!” அலறினாள் கல்யாணி.

இருவரையும் சமாதானம் செய்தான்.

"ஊருல இருக்க உன் மாமன் பொண்ணுக்கும் உனக்கும் கல்யாணம் முடிச்சு வைக்கலாம்னு எவ்ளோ கனவுல இருந்தேன்! என் ஆசைல இப்படி மண்ண வாரி கொட்டுறியே டா" அவளின் ஆதங்கத்தை வெளிப்படுத்தினாள் கல்யாணி.

"நிமலா இப்போவும் ஒன்னும் குறைஞ்சு போயிடல, நீ சரினு சொன்னா இவ அண்ணன் பொண்ண தூக்கிட்டு வந்து உனக்கு கல்யாணம் பண்ணிடலாம் டா. யாரும் எதுவும் சொல்ல முடியாது. உன் முறைப்பொண்ணு அது!" எப்படியாவது அவன் மனதை மாற்ற மூளை சலவை செய்து கொண்டிருந்தார் தங்கன்.

"அவளுக்கு என்ன டா குறை? அழகு இல்லையா? படிப்பு இல்லையா?" குமுறிக்கொண்டிருந்தாள் கல்யாணி.

"உன் அண்ணன் பொண்ணு அழகினா, நா கல்யாணம் பண்ணிக்க போற பொண்ணு பேரழகி மா!" தன்னவளை விட்டுக்கொடுக்காமல் பேசினான் நிமலன்.

"அப்போ அந்த பொண்ண கல்யாணம் பண்ணிக்கணும்னு முடிவு செய்திட்டு தான் எங்ககிட்ட சொல்ல வந்தியா?" சத்தம் போட்டார் தங்கன்.

"சொந்த பந்தமெல்லாம் காரி துப்பப்போறாங்க என் வளர்ப்ப!" கூச்-சலிட்டாள் கல்யாணி.

"மத்தவங்க என்ன நினைப்பாங்கனு யோசிச்சா என் வாழ்க்கைய என்னால வாழ முடியாது மா!" தன் முடிவில் உறுதியாக இருந்தான் நிமலன்.

"இப்போ கடைசியா என்ன சொல்ல வர்ற நீ?" முடிவாகக்கேட்டார் தங்கன்.

கல்யாணம் என்று நடந்தால் அது தூரிகையுடன் தான் என முடி-வாகக் கூறினான். வேறு வழி இன்றி இருவரும் அரைகுறை மனதுடன் சம்மதித்தனர் ஒரு நிர்பந்தத்துடன்,

“ஆனா ஒன்னு! இன்னும் ரெண்டு வருசம் கழிச்சு தான் உனக்கு கல்யாணம் பண்ணுவோம்! என்றாள் கல்யாணி. அவனும் வேறு வழி இன்றி காதலுக்கு சம்மதம் தெரிவித்த குஷியில் ‘சரி’ என்றான்.

“இருபத்து ஐந்து வயசுல கல்யாணம் பண்ணி வச்சா நாம ஒழுங்கா வாழ மாட்டோமா நிமல்? இன்னும் ரெண்டு வருசம் கழிச்சு பண்ணினா வாழ்க்கைல பெரிய புரிதல் வந்துட போகுதா? ஐ டோன்ட் அண்டர்ஸ்-டேன்ட் தீஸ் ஸ்டிரியோடிபிக்கல் ரூல்ஸ்! எப்போ பண்ணாலும் இதே நீ இதே நான் தான?” கேள்விகளை தீட்டினாள் தூரி, அவனது வண்டியில் சாய்ந்து நின்றுகொண்டு.

“அப்படி இல்ல தூரி! எனக்கு என்ன சொல்றதுனு தெரியல! எனக்-காக இன்னும் இரண்டு வரு....” அவன் முடிப்பதற்குள்.

“உனக்காக இன்னும் எத்தனை வருசம் வேனாலும் நா வெயிட் பண்ணுவேன் நிமல் ஆனா எங்க வீட்ல பண்ணமட்டாங்க!” தன் துப்-பட்டாவை இரு கைகளால் கசக்கினாள்.

“இப்போ என்ன பண்ணலாம்னு சொல்ற?” கேள்விக்குறியுடன் வின-வினான்.

“எங்க வீட்ல வந்து பேசு நீ திரும்பி வந்து நல்ல படியா என்ன கல்-யாணம் பண்ணிப்பேனு சொல்லிட்டு கிளம்பு இந்த தடவ!” இறுதியாக கூறினாள்.

அவன் செய்வதறியாது திகைத்தான்.

29

“அம்மா! அப்பா! எங்க இருக்கீங்க?” வீட்டினுள் நுழையும் பொழுதே அவர்களை தேடினான் ஆதி.

“என்ன டா! என்ன விசயம்?” ராஜனின் சட்டை பொத்தானை ஊசியினால் கோர்த்துக் கொண்டிருந்தாள் மல்லிகை.

“சொல்லு பா ஆதி!” லுங்கியை மடித்துக்கட்டிக்கொண்டு ரூமிலிருந்து வந்தார் ராஜன்.

“இல்லப்பா! என் கூட வேலை பார்க்குறான்ல சிவா, அவனோட ரிலேடிவ் ஒரு பையன் இருபத்து ஏழு வயசாச்சாம், பெரிய இடமாம், நல்ல வேலையும் பார்க்குறானாம், வரண் தேடிட்டு இருக்காங்களாம், அதான் நம்ம தூரிக்கும் கல்யாண வயசாச்சுல!” தூரிகையின் கல்யாணத்திற்கு அடிபோட்டான் அவன்.

"இப்போ என்னப்பா அவசரம்! பாப்பா மேற்கொண்டு படிக்கணும்னு ஆசைபடுது! படிக்கட்டுமே பிறகு பார்க்கலாம்!” தன் கருத்தை முன் வைத்தார் ராஜன்.

“கல்யாண விசயத்துல எதுவா இருந்தாலும் நாம தூரியையும் ஒரு வார்த்தை கேட்கணும்! நாம கல்யாணம் பண்ணி வச்சிட்டாலும், அடுத்து வாழப்போறது அவ இல்லைபா! அதுனால எடுத்தோம் கவுத்தோம்னு நாமலா முடிவு பண்ணிட முடியாது ஆதி!” தலைவாரிக்கொண்டே கூறினாள் மல்லிகை.

“அப்போ அவக்கிட்டயே கேட்ருவோம். தூரி இங்க வா!” என்று உள்ளே இருந்து அனைத்தையும் கேட்டுக் கொண்டிருந்தவளை கூப்பிட்டான் அவன்.

மனதில் நிமலனை நிறுத்திக் கொண்டு சென்றவளிடம், “நல்ல வரன் வந்துருக்கு டி! இது தான் உனக்கு செட் ஆகும்! கல்யாணம் பேசிற-லாம்!” ஏற்கனவே முடிவெடுத்துவிட்டது போல் கூறினான் அவன்.

“நா கொஞ்சம் படிக்கணும், வேலைக்கு போயிட்டு தான்...” சொல்-லத் தயங்கினாள்.

“என்னது? வேலைக்கா? அதுக்குலாம் நீ போக தேவையில்ல! நீ என்ன நெனச்சு இப்படி பேசுறேனு தெரியும்” கோபத்தில் கையிலிருந்த ஃபைலை கீழே வீசினான் அவன்.

“டேய்! சும்மா இரு! தூரி உன் மனசுல என்ன மா இருக்கு அப்பா கிட்ட சொல்லு!” அவளின் தோள்பட்டையை தடவிக்கொடுத்தபடி கேட்-டார் ராஜன்.

“அப்பா நா வேலைக்கு போய்ட்டு கல்யாணம் பண்ணிக்குறேன் ப்பா ப்ளீஸ் எனக்கு இப்போ கல்யாணம் வேண்டாம் ப்பா!” அழுதாள் அவள்.

“அவ இன்னும் அவன மறக்கல பா அந்த பையன் கூட இன்னும் பேசிக்கிட்டு தான் இப்போ இந்த நாடகம் ஆட்றா?” அவளின் தலை-முடியை பிடித்து இழுத்தான்.

“அப்பா வழிக்குது ப்ளீஸ் விட சொல்லுங்க! அம்மா!!!” வலி தாங்-காமல் கதறினாள்.

“டேய்! கைய எடு!” அவளின் கைகளை உதறிவிட்டு அவளை தன் பின்னே மறைத்தாள் மல்லிகை.

“நீ தான் மா அவள கெடுக்குற செல்லம் கொடுத்து. இனி என்கிட்ட அவ விசயமா பேசவே வந்துறாதீங்க!” கடிந்துகொண்டான்.

“அவ என்ன மாடா?” அவள போட்டு இப்படி அடிக்கிற எதுக்-கெடுத்தாலும்! நான் தான அவள பெத்தவ! நா பார்த்துக்குறேன் இந்த விசயத்த!” அவளை உள்ளே அழைத்துச்
சென்றாள் மல்லிகை.

“தூரி! என்ன மா உன் மனசுல இருக்கு! எதுவா இருந்தாலும் அம்மா கிட்ட சொல்லு” அவளை அறவணைத்தபடி கேட்டாள் மல்-லிகை.

"அம்மா..." நடுங்கினாள் அவள்.

"தூரி... உன் விருப்பத்துக்கு மாறா உனக்கு ஒரு கல்யாணம் பண்ணி உன்ன கஷ்டப்படுத்துறதுல அம்மாக்கு துளியும் விருப்பம்

இல்ல" அவளை நோக்கினாள் மல்லிகை.

"அம்மா... நா சொல்லப் போறது உங்களுக்கு நிச்சயம் கஷ்டமா தான் இருக்கும். ஆனா, அம்மா.... நா அந்த பையன தான் மா விரும்புறேன்! அவன தான் கல்யாணம் செஞ்சுப்பேன் உங்க சம்மதத்தோட இல்ல இப்படியே இருந்திடுறேன். ப்ளீஸ் மா! என்ன கட்டாயப்படுத்தாதீங்க! அழுதுகொண்டே கூறினாள் அவள். நிமலன் ரொம்ப நல்ல பையன் மா. என்ன நல்ல பார்த்துப்பான். இப்போ வேலைக்கு கூட போயிட்டான். ஐம் ரியல்லி சாரி மா... எனக்கு என்ன பண்றதுனே தெரியல!" மல்லிகையின் மடியில் படுத்து அழுதாள் தூரிகை.

மனம் பதறியது மல்லிகைக்கு. ஆனாலும் தூரியின் மனதில் இருப்பதை முன்பே அறிந்திருந்தவள் "உன்ன இருபத்தி மூணு வயசு வர எந்த கஷ்டத்தையும் கண்ணுல காட்டாம வளர்த்தவ நா. நீ போற இடத்துல சந்தோசமா நிம்மதியா வாழனும்றது தான் இந்த அம்மாவோட குறைந்தபட்ச ஆசை. நீ அந்த பையன கல்யாணம் பண்ணிக்கிட்டா சந்தோசமா வாழ்ந்திருவியா மா?" கண்கலங்கினாள் மல்லிகை.

"நிமலன கல்யாணம் பண்ணா நா சந்தோசமா வாழ்வேனானு தெரியல மா, ஆனா, நிச்சயமா த்ருப்தியா மனசு உறுத்தாம வாழ்வேன் மா!" தன் பதிலை கூறினாள் தூரி. தன் மகளுக்கிருக்கும் பக்குவத்தை உணர்ந்தவள் "நாளைக்கு அண்ணன், அப்பா கிட்ட இது பத்தி பேசு. அவங்களோட முடிவைக் கேளு . அப்பாவோட முடிவு தான் எல்லாமே!" என்றாள். "அப்பா புரிஞ்சுப்பாறா மா?" ஏங்கினாள் தூரி. அவளை ஒருநொடி பார்த்துவிட்டு, அமைதியாய் அறையை விட்டுச் சென்றாள் மல்லிகை.

மறுநாள் காலை உணவு அருந்திவிட்டு கை கழுவிக் கொண்டிருந்த ராஜனிடம் "ஏங்க... நம்ம பொண்ணு கல்யாண விசயமா உங்ககிட்ட கொஞ்சம் பேசனும்!" கையில் துண்டை நீட்டியவாறு கூறினாள் மல்லிகை.

அவளிடமிருந்து துண்டை வாங்கி கைகளை துடைத்தவாறு "தூரிய கூப்பிடு பேசலாம்!" என்றார் இருக்கையில் அமர்ந்துகொண்டு.

"ஆதி எங்க? அவனையும் கூப்பிடு!" என்றார்.

இருவரும் ராஜனின் அருகில் வந்து நின்றனர்.

"உன் மனசுல இருக்குறத அப்பா அண்ணன் கிட்ட சொல்லு தூரி..." ராஜனின் பின்னே நின்றுகொண்டு கூறினாள் மல்லிகை.

பதற்றமும் பயமும் சேர்ந்து தாக்கியது அவளை. அவள் மௌனமாக ராஜனை நோக்கினாள்.

"தூரி, இங்க வா.. அப்பா பக்கத்துல உட்காரு!" அவளை அழைத்து தனதருகில் அமர வைத்தார் ராஜன். "சொல்லு டா! உனக்கு என்ன பிரச்சனை? ஏன் கல்யாணம் வேண்டாம்னு சொல்ற?" அவளின் தலை முடியை வருடியவாறு கேட்டார் ராஜன்.

"அப்பா.. என்ன மன்னிச்சிருங்க ப்பா.." ராஜனின் தோல்களில் சாய்ந்து தேம்பியவள், "எனக்கு பிடிச்சவரையே எனக்கு கல்யாணம் பண்ணி வச்சிருங்களேன் ப்ளீஸ் ப்பா!" என்றாள் கண்களில் உருண்டோடும் கண்ணீரை துடைத்துக்கொண்டு.

கண்கலங்கியபடி மல்லிகையை நோக்கினார் ராஜன். தன் கைகளில் இளவரசியென தாங்கி வளர்த்த மகளை அவளே தேர்ந்தெடுத்த இளவரசனின் கைகளில் ஒப்படைக்க எந்த தந்தைக்குத் தான் முழு மனது ஒப்பும்?

அவர் எதுவும் கூறாமல் அவ்விடத்தை விட்டு நகர்ந்தார்.

"ஆதி, நீ என்ன டா சொல்ற?" வினவினாள் மல்லிகை.

அவனும் எதுவும் கூறாமல் தூரிகையைப் பார்த்து முறைத்துவிட்டு கோபமாக அவ்விடத்தை விட்டு சென்றான்.

தனியே அழுதுகொண்டிருந்தவளின் அருகில் சென்று "பிள்ளைகளோட சந்தோசத்துக்காகவே வாழ்றவர் உங்க அப்பா! அவருக்கு உன் சந்தோசம் தான் பெருசு!" கவலைப்படாத என்றாள். அவள் மல்லிகையை கட்டிக்கொண்டு கதறினாள்.

30

அன்றைய நாளிலிருந்து ராஜனும் ஆதியும் தூரிகையிடம் அவ்வளவாக பேசிக்கொள்வதில்லை. அவளின் முடிவில் ராஜனுக்கு பெரிய உடன்பாடில்லை எனினும் அவள் இவ்வளவு ஆண்டுகளாக விடாப்பிடியாக பிடித்து நிற்கும் அவளது நேசத்தைக் கண்டு அவள் வாழ்வில் எதையும் கடந்து வாழ்ந்துவிடுவாள் என்ற நம்பிக்கை மட்டும் அவருள் ஓடியது. நிமலனையும் அவனது குடும்பத்தாரையும் பற்றி நன்கு விசாரித்த பின்னரே அவளது காதல் திருமணத்திற்கு சம்மதித்தார். நடப்பவை அனைத்தையும் அவள் நிமலனிடம் அவ்வப்போது கலந்து கொள்வாள்.

‘‘மல்லி....மல்லி!! வீட்டினுள் நுழையும் பொழுதே மல்லிகையை அழைத்துக்கொண்டே நுழைந்தார் ராஜன்.

சத்தம் கேட்டு கொள்ளப்புரத்திலிருந்து ஓடி வந்தவள் ‘‘என்னங்க விசயம்? சொல்லுங்க!’’ என்றாள்.

‘‘அந்த பையன பத்தி ஊருக்குள்ள விசாரிச்சேன் நல்ல விதமா தான் சொல்றாங்க! குடும்பமும்
பரவாயில்ல நீ என்ன சொல்ற?’’ என்றார் நாற்காழியில் அமர்ந்துகொண்டு.

‘‘நா சொல்றதுக்கு என்னங்க இருக்கு? இத்தன வருசம் தாண்டியும் அவ அந்த பையன தான் விரும்புறா. அவ விருப்பத்த மாத்திக்க மாட்டேங்கிறா. நமக்கு நம்ம பொண்ணு சந்தோசம் தான முக்கியம்! அவ நல்லபடியா வாழ்ந்தா போதும்!’’ என்றாள் முந்தானையை இடுப்பில் சொருகியவாறு.

‘‘ஆதிக்கு இதுல சம்மதமா?’’ என்றார் ராஜன்.

“கல்யாண பேச்செடுத்தாலே இப்போலாம் அவன் ஒதுங்கி போயிடு-றான்! என்ன செய்ய? ஒரு
தங்கச்சி, இப்படி பண்ணிடாலேனு வருத்தப்படுறான். மத்தபடி நம்மல விட தூரி மேல அவன் தான் உயிரா இருப்பான். நீங்க கவலைப்படா-தீங்க!” என்றாள் மல்லிகை.

“சரி.... அப்போ ஆக வேண்டியத பார்ப்போம்! பையன் வீட்ல வந்து பேச சொல்லி சொல்லு, நேரடியா பார்த்துட்டு முடிவு பண்ணுவோம்!” என்றார் ராஜன்.

உள்ளே நின்றுகொண்டு அனைத்தையும் கேட்டுக்கொண்டிருந்தவள் மகிழ்ச்சியில் தலை கால் புரியாமல் திணறிப்போனாள்.

இரண்டு நாட்களில் நிமலனும் வெளிநாடு கிளம்ப ஆயத்தமாகி கொண்டிருந்த நிலையில் தூரிகையிடமிருந்து வந்த திருமணத் தகவல் அவனுக்கு மிகவும் மகிழச்சி ஊட்டியது. ஏற்கனவே தனது வீட்டில் இது-குறித்து பேசி வைத்திருந்தமையால் அவர்களிடம் இத்தகவலை சொல்-வது அவனுக்கு பெரிய விடயமாய் தெரியவில்லை.

“நாளைக்கு மாப்பிள்ளை வீட்டிலிருந்து வராங்கலாம் டா நம்ம தூரிய பொண்ணு கேட்க!” வீட்டில் மாவிலை தோரணங்களை தொங்கவிட்டபடி கூறினாள் மல்லிகை. ஆனால், ஆதிக்கு இதில் எள்ளளவும் உடன்பா-டில்லை. தன் தங்கையின் மேல் தீராக்கோபம் கொண்டிருந்தான். தான் சொல்லும் மாப்பிள்ளையை கல்யாணம் செய்யவில்லை என்பதற்காக அல்ல, தன் தங்கை அவள் தேர்ந்தெடுத்த வாழ்க்கையில் நிம்மதியுடனும் மகிழ்ச்சியுடனும் வாழ்ந்துவிடுவாளா என்ற அச்சம் அவனை பாடாய் படுத்தி அவள் மேல் கோபம் கொள்ளச்செய்தது. அவன் அவளுடன் பேசுவதையே தவிர்த்து வந்தான்.

அண்ணனின் அமைதியும், தந்தையின் களக்கமும், தாயின் தெரியா பரிதவிப்பும் அவளை நித்தமும் வாட்டி வதைத்தாளும் தான் காதலித்-தவனை கைபிடிக்க காத்திருக்கும் தருணம் எத்துணை பெண்களுக்கு வாய்க்குமென தனக்குள் திருப்திகொண்டு அனைத்தையும் கடந்தாள்.

மறுநாள் பிரகாசமான சூரியவெளிச்சத்துடன் உதயமானது. தங்க கைவளை பளபளக்க, வெள்ளி கொலுசு சலசலக்க, பொன்சரிகை மினு-மினுக்க, நேர்த்தியான அழகில் ஒரு முழம் மல்லிகைப் பூ தலையில் சூடி, கையில் காஃபி டிரேயுடன் அசைந்தாடி வரும் அந்த அழகு

மயிலை கண்டு மாப்பிள்ளையாய் அமர்ந்திருக்கும் நிமலனும், அவனது வீட்டாரும் சற்று மயங்கித்தான் போனார்கள்.

“எங்க வீட்டு மருமக நா நினைச்சத விட லஷ்சணமா தான் இருக்கா!” காஃபியை அருந்திக்கொண்டே கல்யாணி கூறுகையில்,

“ஆமாம்! எங்க பொண்ணுனா சும்மாவா!” மல்லிகையும் எசப்பாட்டு பாடினாள்.

அனைவரும் சிரித்தனர். ஆதி மட்டும் சற்று மௌனமாக இருந்தான்.

“எங்க பொண்ண எல்லா சீர் வரிசையோட கைநிறைய செல்வத்தோட மகாலஷ்மியா உங்க வீட்டுக்கு அனுப்பி வைக்கிறோம்” என ராஜன் சொல்லி முடிக்கும் முன்னரே,

“மாமா!” என்று தடுத்தான் நிமலன்.

“நா உங்கள மாமானு கூப்பிடலாமா?” என்றான் தயக்கத்துடன்.

“சொல்லுங்க மாப்பிள்ளை!” என்றார் ராஜன். அவன் மகிழ்ச்சியுடன் நா காதலிச்சது உங்க பொண்ண மட்டும் தான் மாமா! அவளோட சீர்வரிசையையும் நகைகளையும் இல்ல! எனக்கு தூரிகை என் மனைவியா வந்தா மட்டும் போதும். தங்க சிலைக்கு தங்கம் எதுக்கு மாமா?” என்றான்.

தன் தங்கையின் தேர்வு சரியானதாகத்தான் இருக்கிறதோ என அப்பொழுதே நிமலனை பார்த்து சிரித்தான் ஆதி. தான் வெளிநாடு கிளம்பும் விசயத்தையும் தெரிவித்தான் நிமலன்.

“நாளைக்கே நா கிளம்பனும் மாமா! மேக்ஸிமம் ஒன் இயர்ல வந்துருவேன்!” என்றான்.

“இருந்து கல்யாணத்தை முடிச்சுட்டு கூட கிளம்பலாமே மாப்பிள்ளை!” என்றார் ராஜன்.

“இல்ல மாமா! உங்க இளவரசிய சும்மா எப்படி கல்யாணம் கட்டிட்டு போறது? என்னோட அரசியா தான நா கூட்டிட்டு போக முடியும்! அதுக்கு கொஞ்சம் கால அவகாசம் வேணும் மாமா!” என்றான் நிமலன்.

அவனது பேச்சில் பூரித்துப் போயினர் அங்கிருந்த அனைவரும். அவள் கண்கலங்கியபடி நிமலனைப் பார்த்தாள்.

அனைத்தும் சுமூகமாக நடந்து முடிந்தது. கல்யாண தேதி முடிவானது.

அவள் விரும்பிய மாப்பிள்ளையையே திருமணம் செய்துகொள்ளப்-போகும் மனநிறைவு ஒருபக்கம், தான் விரும்பியவனையே கல்யாணம் செய்ய சம்மதம் தெரிவித்த தாய் தந்தையின் அளவு கடந்த அன்பு மறு பக்கமென மகிழ்ச்சிக் கடலில் அலைமோதிக்கொண்டிருந்தது அவளது மனம். திருமணத்திற்கான ஏற்பாடுகளை ஒரு வருடமாக பார்த்து பார்த்து தேர்ந்தெடுத்து அமைத்தார்கள் அனைவரும். ஒரு வருடமும் முடிந்தது. திருமண தேதி நெருங்கியது. நிமலனும் ஊர் திரும்பினான். அவர்கள் இருவரும் இத்தனை ஆண்டுகளாக காத்துக்கிடந்த தருணம் நெருங்கி-யது.

மேல தாளம் முழங்க, அலங்கரிக்கப்பட்ட மேடையில், பொற் சரிகை மிளிர, பிரகாசமான மகிழ்ச்சியை அணிகலனாய் பூண்டு, பெற்றோர்கள், பெரியோர்கள், மற்றும் நண்பர்களென புடைசூழ, அரங்கமே நிரம்பி வழிய, அனைவரது ஆசி பெற்று, மூன்று முடிச்சுப்போட்டு, அக்கினி வளம் வந்து, நிமலனின் தூரிகையாய் தன்னவளை அனைவருக்கும் மேடையேற்றி காட்டி மகிழ்ந்தான் அவன்.

"ஒரு வழியா உன்னோட பதினோரு வருச காதல் வாழ்க்கை ஒரு எண்டுக்கு வந்திருச்சு டா நிமலா! வாழ்த்துக்கள் ரெண்டு பேருக்கும்!" நிமலனை ஆரத்தழுவி கைகுலுக்கினான் ராம்.

"ஹே! இது எண்டு இல்ல டா. இனி தான் ஆரம்பமே!" தூரியை முத்தமிட்டு கூறினாள் நிவேதா.

தூரிகையும் நிமலனும் ஒருவரின் கை ஒருவர் கோர்த்து மகிழ்ந்தனர்!

www.ingramcontent.com/pod-product-compliance
Ingram Content Group UK Ltd.
Pitfield, Milton Keynes, MK11 3LW, UK
UKHW042057021026
15589UKWH00001B/15

9 798889 752806